मराठवाड्यातील किल्ले

रुपेश रमेश मडकर

Made with ♥ on the Notion Press Platform
www.notionpress.com

किल्ले बांधणाऱ्या सर्व अज्ञात स्थपतींना...

अनुक्रमणिका

मराठवाड्यातील
किल्ले
रुपेश मडकर

प्रस्तावना

या वर्षी, म्हणजे सन २०२४ पासून नवीन शैक्षणिक धोरण (NEP) - २०२० महाविद्यालयातील पदवीच्या वर्गास लागू करण्यात आले. त्यानुसार नवीन अभ्यासक्रम जाहीर झाला. यामध्ये भारतीय ज्ञान प्रणाली (IKS) या नावाने काही अभ्यासविषय देण्यात आले. त्यात **मराठवाड्यातील गड-किल्ले** या नावाचा एक अभ्यास विषय देण्यात आला आहे. डॉ. बाबासाहेब आंबेडकर मराठवाडा विद्यापीठ, छ.संभाजीनगरच्या परिक्षेत्रातील महाविद्यालयांना पदवीच्या प्रथम वर्षाला हा विषय लागू झाला. विज्ञान, वाणिज्य व कला शाखेच्या विद्यार्थ्यांनी मोठ्या कुतूहलाने हा विषय निवडला. इतिहास विषयाशी संबंधित अभ्यासक्रम असल्याने मी शिकवायला सुरुवात देखील केली. परंतु मराठवाड्यातील किल्ल्यांबाबत माझ्याकडे अत्यंत जुजबी माहिती असल्याचे मला लक्षात आले. एक-दोन पुस्तके उपलब्ध होती परंतु विद्यार्थ्यांना ती परवडणारी नाहीत आणि सगळा अभ्यासक्रम लक्षात घेऊन ती लिहिलेली नाहीत, हे माझ्या लक्षात आले.

उपलब्ध पुस्तके मराठीतच आहेत आणि विज्ञान तसेच कला व वाणिज्य शाखेच्या इंग्रजी माध्यमाच्या विद्यार्थ्यांना कोणतेही अभ्यास साहित्य या विषयावर उपलब्ध नाही, ही अडचणही होती. शिकवल्यानंतर विद्यार्थ्यांना वाचण्यासाठी काही पुस्तके सुचवणे, हा माझा नेहमीचा शिरस्ता! परंतु या विषयावर विद्यार्थ्यांना काय वाचायला सांगावे हा प्रश्न माझ्यासमोर निर्माण झाला. मराठवाड्यातील पदवीच्या अनेक मुलांनी हा विषय निवडला असल्याने हा प्रश्न मलाच थोडा गंभीर वाटू लागला. मी माझ्या परीने साधने मिळवून वाचू लागलो. मग एखादे छोटेसे पुस्तक मराठी व इंग्रजी माध्यमात आपणच लिहावे अथवा अभ्यासक्रमानुसार संकलन-संपादन करावे असे वाटले. पुन्हा अडचण, प्रकाशन कोण करेल याची निर्माण झाली. आज तंत्रज्ञानाच्या प्रगतीने अनेक 'स्व प्रकाशन' मंच उपलब्ध झाले आहेत. या मार्गाने जाण्याचे व हा प्रयोग करण्याचे ठरवले.

या पुस्तकाच्या निमित्ताने बरेच वाचन झाले. मराठवाड्यातील अनेक किल्ल्यांबाबत माहिती मिळत गेली. हा अभ्यासविषय नसता, व हा विषय शिकवला नसता तर कदाचित मी मराठवाड्यातील किल्ल्यांबद्दल इतके वाचलेही नसते. लिहिले तर त्याहून नसते. 'या विषयावर विद्यार्थ्यांना वाचायला काही नाही, तर परीक्षेत ते लिहिणार काय?' या प्रश्नाच्या भरात मी हे संकलन-संपादन-लेखन करू शकलो. या अर्थाने जसे शिक्षक विद्यार्थ्यांना वाचन-अभ्यासास उद्युक्त करतात (असे मला तरी वाटते), तसेच विद्यार्थीही शिक्षकांना वाचण्यास-अभ्यासास-लिहिण्यास उद्युक्त करतात, हेही तितकेच खरे.

ऋणनिर्देश, पावती

हे पुस्तक संकलन-संपादन-लिहिण्यास कळत न कळत अनेकांची मदत झाली. शासकीय ज्ञान विज्ञान महाविद्यालय, छ. संभाजीनगर येथील प्राचार्य, प्रा. डॉ. रोहिणी कुलकर्णी - पांढरे यांचे प्रोत्साहन व पाठिंबा मिळाला. महाविद्यालयातील माझ्या सर्व वरिष्ठ सहकार्यांनी प्रोत्साहित केले. डॉ. अजयकुमार गांधी यांच्यासोबतच्या चर्चेने 'स्व-प्रकाशन' मंचांची माहिती मिळाली. हे पुस्तक प्रकाशित होण्यासाठी या सर्वांची बहुमोल मदत झाली त्याबद्दल सर्वांचे आभार व धन्यवाद.

- रुपेश मडकर.

1

किल्ले : अर्थ व व्याख्या

अनुक्रमणिका

१.१ उद्दिष्टे

या घटकाचा अभ्यास केल्यानंतर आपल्याला,

- किल्ला म्हणजे काय ते समजेल
- जगभरातील किल्ला बांधणीचा इतिहास समजेल
- किल्ल्याच्या विविध व्याख्या कळतील
- सर्वसाधारणपणे किल्ल्याचे स्वरूप कसे असते ते समजेल

१.२ प्रास्ताविक

जगभरात किल्ले बांधणे हा राज्य करण्यासाठी अतिशय महत्त्वाचा भाग मानला गेला आहे. हुकुमशाही अथवा राजेशाही मध्ये राजा हा सर्व सत्ताधीश मानला जात असे. राज्याची सर्व संपत्ती ही राजाची असे. जगाच्या अनेक भागात राजा हा 'दैवी अंश' म्हणून पाहिला जात असे. किल्यांचे उल्लेख अगदी प्राचीन काळापासून जगात अनेक ठिकाणी आढळतात.

आपल्या राज्याची सीमा वाढवणे व जास्तीत जास्त प्रदेश आपल्या अमलाखाली आणणे हे कोणत्याही राजाचे अथवा सत्ताधीशाचे उद्दिष्ट असे. त्यातूनच "चक्रवर्ती" "पृथ्वीपती" सारखी बिरुदे अनेक राजांनी आपल्या नावासमोर लावलेली दिसतात. यातूनच शत्रूवर हल्ला व असा हल्ला आपल्या राज्यावर झाल्यास स्व-संरक्षण यासाठीच्या सुरक्षित जागेची आवश्यकता निर्माण झाली. या विशिष्ट गरजेतून किल्ल्याच्या निर्मिती तंत्राचा विकास होत गेला. या प्रकरणात किल्ला म्हणजे काय, किल्ल्याच्या विविध व्याख्या तसेच किल्ल्याचे स्वरूप कसे असते ते समजून घेणार आहोत.

१.३ विषय विवेचन

१.३.१ किल्ला म्हणजे काय –

राकट देशा, कणखर देशा, दगडांच्या देशा।
नाजुक देशा, कोमल देशा, फुलांच्याहि देशा।।
- महाराष्ट्र गीत, गोविंदाग्रज

महाराष्ट्र ही किल्ल्यांची भूमी आहे. महाराष्ट्रात जेवढे किल्ले आढळतात तेवढे किल्ले अन्य कोणत्याही प्रदेशात आढळून येत नाहीत. महाराष्ट्राच्या बेसॉल्ट खडकात वा दगडात बांधलेल्या किल्ल्यांमुळेही महाराष्ट्र गीतात गोविन्दाग्रजांनी महाराष्ट्राचे वर्णन वरीलप्रमाणे केले आहे. या प्रदेशातील किल्ल्यांच्या जाळ्याने इथल्या माणसाच्या स्वभावैशिष्ट्याच्या जडणघडणीवर प्रभाव टाकला आहे. मेजर ग्रॅहम त्यांच्या कोल्हापूरवरील अहवालात म्हणतात - "प्रत्येक डोंगरावरील किल्ला येथील लोकांना म्हणत असावा की शासकाच्या सहाय्यावर अवलंबून राहण्याऐवजी स्वावलंबी व्हा, तसेच तो प्रत्येक लहान मोठ्या सरदारांच्या मनात स्वातंत्र्याची भावना निर्माण करतो, जो महाराष्ट्राच्या दक्षिणेतील रहिवाशांचा एक विशिष्ट गुण आहे."

किल्ला कशाला म्हणावे याचे काही काटेकोर निकष नाहीत. तरी एखाद्या वास्तूत काय घटक असले म्हणजे त्यास किल्ला म्हणावे याचे काही ठोकताळे आहेत. मराठी विश्वकोशात किल्ला कशाला म्हणावे ते सांगितले आहे, "शत्रूपासून संरक्षण करण्यास सुलभ जावे आणि सभोवतालच्या प्रदेशावर नियंत्रण ठेवता यावे, म्हणून बांधलेल्या वास्तू" म्हणजे किल्ला असे नमूद केले आहे. संस्कृत प्रभावातून आलेला दुर्ग हा शब्द मराठीत किल्यासाठी वापरावा असे शिवाजी महाराजांनी तयार करवून घेतलेल्या राज्यव्यवहार कोशात दिले आहे. दुर्ग या शब्दाचा अर्थ जाण्यासाठी, शिरकाव करण्यासाठी दुर्गम असा अथवा अवघड असा होय. मध्ययुगात अरबी प्रभावातून आलेला किल्ला (किला = किल्ला) हा शब्द आपण दुर्गासाठी सहजपणे स्वीकारला आहे. आज तोच शब्द प्रचलित आहे. इंग्रजीत कॅसल, फोर्ट, सिटॅडल, बर्ग वगैरे संज्ञांनी उल्लेख होतो, तर मराठीत दुर्ग, गिरिदूर्ग, द्वीपदुर्ग, जंजिरा, गढी, कोट, गड, बालेकिल्ला वगैरे संज्ञांनी या वास्तूचे वेगवेगळे प्रकार दर्शविले जातात. थोडक्यात किल्ला म्हणजे एक सुदृढ आणि संरक्षित बांधकाम, जे मुख्यत्वे सैन्य संरक्षणासाठी, शत्रूंच्या हल्ल्यांपासून बचाव करण्यासाठी आणि संबंधित प्रदेशाची सुरक्षितता राखण्यासाठी

बांधले जाते. इतिहासाच्या विविध कालखंडांमध्ये किल्ल्यांना महत्त्वपूर्ण स्थान मिळाले आहे. प्राचीन काळापासून ते आधुनिक काळापर्यंत किल्ले हे सत्ताधीश, राजे-महाराजे, साम्राज्ये, आणि सैन्याचे मुख्य आधारस्थान म्हणून ओळखले जात आले आहेत. किल्ले मुख्यतः दगड, विटा, लाकूड किंवा मातीच्या उपयोगाने बांधले जातात, आणि त्यांच्या संरचनेमध्ये प्रबळ भिंती, बुरुज, दरवाजे, आणि अनेकदा खंदकांसारखी संरक्षणात्मक यंत्रणा असते.

किल्ल्यांचा आकार चौकोनी, गोलाकार, षट्कोनी किंवा अष्टकोनीही असतो. प्राचीन भारताविषयी बोलायचं झालंच तर सिंधू नदीच्या खोऱ्यात वसलेली हडप्पा संस्कृती आणि या संस्कृतीच्या हडप्पा शहरास तटबंदी होती आणि मध्यभागी बालेकिल्ला बांधलेला होता असे पुरातन विभागाच्या उत्खननात आढळून आले आहे. वेदकाळात आणि ब्राम्हणकाळात देखील शहराला तटबंदी बांधून त्याच्या भोवती संरक्षण खंदकाची रचना केली जात असे. कौटिल्याचे अर्थशास्त्र हा राज्यव्यवस्थे संदर्भातील एक महत्त्वाचा ग्रंथ, परंतु यात देखील किल्ल्याच्या स्थापत्याविषयी जे वर्णन आढळते ते किल्ल्याच्या स्थापत्य शैलीचे वैशिष्ट्य दर्शवते.

हडप्पा संस्कृतीतील शहरात असलेला बालेकिल्ला अथवा गढी (विकिपीडिया)

पाटलीपुत्र शहराविषयी जे अवशेष आढळले त्यात असे आढळते की शहराभोवती भक्कम अशी तटबंदी होती आणि खंदकाची रचना देखील केलेली होती. गुप्त, राष्ट्रकूट घराण्यांच्या काळात किल्ल्याला महत्त्व नव्हते असे म्हणता येईल परंतु स्वतःचे राजवाडे ते तटबंदीने

भक्कम सुरक्षित करत. मुसलमानपूर्व काळात चालुक्य, शिलाहार आणि यादवांच्या काळात किल्ल्यांचे महत्त्व अगणित वाढले. एकूण किल्ल्यांपैकी सर्वात जास्त किल्ल्यांचे मूळ हे याच काळात आहे, परंतु आज दिसत जरी नसले तरी दौलताबाद (देवगिरी), साल्हेर मुल्हेर, अंकाई-टंकाई, अंजनेरी, मार्कंडा, रांगणा, पावनगड,पन्हाळा, विशाळगड हे मध्ययुगीन काळातीलच किल्ले आहेत.

साल्हेर किल्ला

१.३.२ किल्ला बांधणीचा इतिहास

किल्यांची बांधणी प्राचीन काळापासून प्रचलित झालेली दिसते. मानव जेव्हा आदिम अवस्थेत होता तेव्हा जंगली श्वापदांपासून तसेच ऊन, थंडी व पाऊस यापासून संरक्षणाची गरज त्याला भासत असे. त्यातून सुरूवातीला त्याने निसर्गनिर्मित गुहांचा, शैलाश्रयांचा आधार घेतला. त्यातूनच मानवाने पुढे निसर्गनिर्मित साधनांचा वापर करून आश्रयस्थान विकसित केलेले दिसते. सुरुवातीचे मानवाचे प्रयत्न फक्त तात्पुरता आडोसा निर्माण करण्याकडे होते. मानव या स्थितीत भटकंती करणारा, शिकार व अन्नसंग्राहक होता. तो टोळ्यांनी राहत असे. त्यामुळे तात्पुरता निवारा वा आडोसा केला तरी भागत असे. मानवाने शेती करण्यास सुरुवात केल्यानंतर स्थिर जीवन जगण्यास सुरुवात केली, शेतीमुळे त्याला

स्थिर जीवन जगणे भागही होते. स्थिर जीवन जगण्याच्या गरजेतून व भटकंतीचे जीवन थांबल्याने त्याने जास्त काळ टिकेल अशा निवाऱ्याची निर्मिती करण्याचा प्रयत्न केला. भारतीय उपखंडात त्यातून सुरूवातीचे निवारे निर्माण झाले. यात सध्याच्या पाकिस्तानात असलेल्या मेहेरगड येथे या सुरुवातीच्या निवाऱ्याचे/ घरांचे पुरावे सापडतात. पुढे भारतात व इतरही देशात मानवाने दगडांना कोरून त्यातून लेण्यांची निर्मिती केली.

मेहेरगड येथील प्राचीन घराचे अवशेष

किल्ल्यांची बांधणी जगात प्रथम केव्हा सुरू झाली, ह्याचा इतिहास ज्ञात नाही. ईजिप्शियन संस्कृतीच्या (३५०० ते ६०० इ. स. पू.) काळात राजवाडे तटबंदीने, बुरुजांनी व त्याभोवतीच्या खंदकांनी सुरक्षित केलेले असत. बाराव्या राजवंशाच्या वेळी (२०००—१७८६ इ. स. पू.) सेम्ना हा किल्ला बांधण्यात आला. तीच परंपरा पुढे चालू राहिली. ॲसिरियात (इ. स. पू. आठवे-सातवे शतक) तर शहरांना तटबंदी करीत. खोर्साबाद हे त्यातील प्रसिद्ध शहर होय. बॅबिलोनियातही (१८००—५०० इ. स. पू.) ह्याच पद्धतीने तटबंदी करून शहरे बसविली जात. ग्रीकांचा (इ. स. पू. सहावे-पाचवे शतक) टायरिन्झ हा बालेकिल्ला, तसेच अक्रॉपलिस हा अथेन्समधील किल्ला प्रसिद्ध आहे. पुढे रोमन काळात किल्ल्यांना अधिक महत्त्व प्राप्त झाले व राजवाडे म्हणजे लहानमोठे भुईकोट किल्लेच तयार होऊ लागले. यूरोपमधील बहुतेक किल्ल्यांच्या बांधणीत ग्रीको-रोमन तसेच गॉथिक वास्तुशैली मुख्यत्वे आढळते. यूरोपात इसवीसन १००० ते १५०० या कालखंडात किल्ल्यांचे प्रमाण वाढले ते

नॉर्मनांच्याच प्रोत्साहनामुळे झाले. शिवाय ह्याचे महत्त्वाचे कारण म्हणजे सरंजामशाही व धर्मयुद्धे. त्यामुळे हेडिंगहॅम, कोल्चेस्टर, पेम्ब्रोक, डील, केनिलवर्थ, कॉन्वे, ऍरंडल, डोव्हर, एडिनबर, विंझर (इंग्लंड), कूसी-ल-शातो, दे शॉबॉर (फ्रान्स), ब्रॉनफेल्स (जर्मनी), म्युरेन (नेदर्लंड्स), सांत आंजीलो (इटली), आल्काथार (स्पेन), रूमेली हिस्सार (तुर्कस्तान), क्रॅक डेस शिव्हॅलिअर्स (सिरिया), कौंतस ऑफ लेंडर्स (बेल्जियम), कल्मार (स्वीडन) ह्यांसारखे प्रसिद्ध किल्ले ह्या युगात बांधले गेले. ह्यांतच पुढे काही सुधारणा करण्यात आल्या आणि आयलिन डोनान, ॲरंडल, ब्लार्नी, कर्नारव्हन, गेलर्ड वगैरे काही किल्ले तसेच मेझन्स, लाफीत, शनाझो, आझे-ल-रिदो वगैरे प्रबोधनकाळातील किल्ल्यांची डागडुजी करण्यात आली. पहिल्या महायुद्धात काही किल्ले जमीनदोस्त झाले. अद्यापि ह्यांतील अनेक किल्ल्यांचे अवशेष पहावयास सापडतात. रशियातील क्रेमलिन हे अशा बालेकिल्ल्यांचे उदाहरण म्हणावे लागेल.

अकराव्या शतकातील इटलीतील किल्ला (विकीकॉमन)

किल्ल्यांचा उल्लेख प्राचीन भारतीय वाङ्‌मयात आढळतो. ऋग्वेद, मनुस्मृति, अर्थशास्त्र, महाभारत (शांतिपर्व), पुराणे ह्यांसारख्या ग्रंथांतून दुर्ग, त्यांचे प्रकार आणि महत्त्व ह्यांचे विवेचन आढळते. प्राचीन भारतात सिंधु नदीच्या खोऱ्यात हडप्पा ह्या शहरास तटबंदी होती व शहराच्या मध्यभागी बालेकिल्ला बांधला होता, असे तेथील अवशेषांवरून दिसते. हडप्पा संस्कृतीच्या अनेक स्थळी शहर दोन भागात विभागलेले दिसते. त्यातील उंचीच्या ठिकाणी बालेकिल्ला अर्थात गढी सदृश म्हणजे शहराचा असा भाग असावा जिथे महत्त्वाच्या व्यक्तींचा निवास असावा. कारण हे ठिकाण अन्य शहर ज्याला निन्म शहर

म्हणले गेले, त्यापासून तटबंदीने वेगळे केलेले दिसते. निन्म शहर व गढी हे एकाच शहराचे भाग होते. तरी तटबंदीने वेगळे केलेले होते तसेच काही ठिकाणी निन्म शहरही तटबंदीने बंदिस्त असलेले दिसते. पुढे वेदकाळात, तसेच ब्राह्मणकाळात शहरांभोवती तटबंदी उभारून सभोवती खंदकांची योजना केली जात असे. ऋग्वेदात ह्याचा `पुर' ह्या शब्दाने उल्लेख केलेला आढळतो. ऐतरेय ब्राह्मणात अनेक किल्ल्यांचा उल्लेख असून तीन अग्नी हे तीन किल्ले असून असुरांपासून यज्ञाचे संरक्षण करीत आहेत, असे वर्णन केले आहे. मौर्यकाळात कौटिलीय अर्थशास्त्रातील किल्ल्यांच्या स्थापत्यविषयक वर्णनावरून असे दिसते, की किल्ल्यांची बांधणी एका विशिष्ट पद्धतीने करण्यात येई. मौर्यांनी आपली राजधानी पाटलिपुत्रला हलवल्यावर त्याचा एक भक्कम किल्ला म्हणून विकास केला असावा. मेगॅस्थेनीस याने तत्कालीन पाटलीपुत्रचे जे वर्णन केले आहे त्यात हे शहर लाकडी तटबंदीने युक्त असून त्यास ६४ प्रवेशद्वार आणि ५०० बुरुज असल्याचे नोंदवले आहे. त्या शहराच्या अवशेषांवरून असे दिसते, की त्याभोवती खंदक होता आणि त्याची तटबंदी भक्कम असावी. गुप्त, वाकाटक, राष्ट्रकुट ह्यांच्या काळात किल्ल्यांस विशेष महत्त्व आलेले नसले, तरी त्यांचे राजवाडे व शहरे तटबंदीने युक्त असत. बाराव्या शतकाआधी चालुक्य, शिलाहार, यादव ह्या वंशांच्या वेळी गिरिदुर्गांचे महत्त्व अनन्यसाधारण वाढले. एकूण किल्ल्यांपैकी ह्या काळात बांधलेले किल्ले-त्यांचे मूळ स्वरूप आज दिसत नसले तरी-संख्येने सर्वाधिक भरतील. देवगिरी (दौलताबाद), साल्हेर-मुल्हेर, अंकाई-टंकाई, अंजनेरी, मार्कंडा, त्रिंबक, रांगणा, पावनगड, पन्हाळा, विशाळगड हे या काळातील किल्ले होत. पुढे मध्ययुगीन काळात अनेक किल्ले बांधण्यात आले. दिल्लीचा लाल किल्ला, आग्र्याचा किल्ला, अहमदनगरचा किल्ला, विजापूरचा किल्ला, बंगलोरचा किल्ला ही तत्कालीन भुईकोट किल्ल्यांची प्रसिद्ध उदाहरणे होत.

आग्र्याचा किल्ला (विकी कॉमन)

तत्कालीन राजपुतांनी चितोड, आंबेर, जोधपूर, ग्वाल्हेर इ. डोंगरी किल्ले बांधले. सतराव्या शतकात महाराष्ट्रात छत्रपती शिवाजी महाराजांनी अनेक नवीन किल्ले बांधले आणि काही जुने किल्ले डागडुजी करून इमारती, तळी, तटबंदी यांची योजना करून लढाऊ बनविले. राजगड, रायगड, पुरंदर, तोरणा, विशाळगड, पन्हाळा, प्रतापगड इ. डोंगरी किल्ले व सिंधुदुर्ग, विजयदुर्ग, जयदुर्ग, खांदेरी, सुवर्णदुर्ग, अरनाळा, कुलाबा, जंजिरा, पद्मदुर्ग, जयगड इ. जलदुर्ग होत. पुढील काळात छत्रपती शिवाजी महाराजांनी बांधलेल्या किल्ल्यांचीच डागडुजी करण्यात आली. मात्र ह्यावेळी युरोपीय वसाहतवाद्यांनी भारताच्या भूमीवर पाय रोवले होते. त्यांनी स्वसंरक्षणासाठी फोर्ट विल्यम, फोर्ट सेंट जॉर्ज, फोर्ट सेंट डेव्हिड, आग्वाद त्रांकेबार वगैरे किल्ले बांधले. ह्या काळात गोवळकोंडा, त्रिचनापल्ली, पेनुगोंडे, चंद्रगिरी येथील किल्ल्यांनाही महत्त्व प्राप्त झाले.

वरील काळात राजधानीच्या शहराव्यतिरिक्त जहागीरदार-वतनदारांच्या गावात, त्या त्या वतनदारांनी बांधलेल्या गढ्या या किल्ल्यांच्या छोट्या प्रतिमाच होत. भारतातील किल्ल्यांच्या बांधणीत नॉर्मंडी येथे बांधलेल्या किल्ल्यांच्या रचनेची तसेच सॅरसेनिक वास्तुशैलीची छाप आढळते व तीच पुढे महाराष्ट्रातील किल्ल्यांवर पडलेली दिसते.

१.३.३ किल्ल्याच्या विविध व्याख्या

विविध साधनांमध्ये किल्याच्या वेगवेगळया व्याख्या दिलेल्या आहेत.

ऋग्वेदात पुर हा शब्द आला आहे. इंद्र या ऋग्वेदिक काळातील सर्वात प्रिय देवतेस पुरंदर म्हणून संबोधले आहे. पुर या शब्दाचा अर्थ 'संरक्षक भिंतीने वेढलेली वस्ती' इतका मर्यादित आहे. कारण त्याकाळात किल्ल्यांची रचना तितकी प्रगत झालेली नव्हती. अर्थात, पुर, दुर्ग व कोट्ट हे अमरकोषात असे शब्द असले तरी, किल्ल्यास सर्वात योग्य शब्द हा संस्कृत दुर्गमम् पासून आलेला दुर्ग हा आहे- याचा अर्थ पोहचण्यास कठीण असा होतो.

मराठी विश्वकोशात "शत्रूंपासून संरक्षण करण्यास सुलभ जावे आणि सभोवतालच्या प्रदेशावर नियंत्रण ठेवता यावे, म्हणून बांधलेल्या वास्तू." अशी किल्ल्याची व्याख्या दिलेली आहे.

'पर्वतादिभि: दुर्गम पूरम कोट्टम इत्थमरङ्क' असे अमरकोषात आहे. सहज पोहचता न येणारे, अवघड ठिकाण असा याचा अर्थ होतो.

इंग्रजी भाषेतील **Fort** हा शब्द मूळ फ्रेंच भाषेतील **फोर्टिस** हा आहे. याचा अर्थ 'दृढ' असा होतो. शत्रूपासून संरक्षण करण्यास व सभोवतालच्या प्रदेशावर नियंत्रण ठेवता येण्याकरता, बांधलेली वास्तू म्हणजे किल्ला होय.

दुर्ग म्हणजे जिथे शिरकाव करणे दुर्गम (कठीण) असते असे बांधलेले ठिकाण आहे. अशी एक सर्वसाधारण व्याख्या केलेली दिसते.

'भोवताली चर, तट इत्यादी करून राहण्यास सुरक्षित केलेले स्थळ' अशीही एक सर्वसाधारण व्याख्या काही शब्दकोशात दिलेली आहे.

कौटिल्यच्या अर्थशास्त्रात राज्यव्यवस्था कशी असावी याचे तपशीलवार वर्णन येते. त्यात दुर्ग म्हणजे - शत्रूने घेरले असता राजाला जिथे आश्रय मिळेल,तसेच दीर्घ काळासाठी शत्रूशी लढा देता येईल असे तटबंदी युक्त राजधानीचे शहर होय, असे स्पष्ट केले आहे.

१.३.४ किल्ला: सर्वसाधारण स्वरूप

किल्ल्यांमध्ये विविध प्रकार असून त्यानुसार किल्ल्यांची रचना व गरज बदलते. असे असले तरी अनेक घटक विविध प्रकारात समान असतात. त्यावरून किल्ल्यांचे सर्वसाधारण स्वरूप निर्धारित होते. संरक्षक तटबंदी, बुरुज, पडकोट, मुख्य प्रवेशद्वार आदी यासारखी वैशिष्ट्ये समान असतात. किल्ल्यांचे सर्वसाधारण स्वरूप समजून घेण्यासाठी किल्ल्यात पुढील बांधकामांचा समावेश होतो-

तटबंदी

तट म्हणजे मजबूत दगडी बांधकाम करून गडाभोवती बांधलेली भिंत. किल्ल्याच्या सर्व बाजूने तट असण्याची आवश्यकता नसते. जो भाग सरळ उभ्या कड्यामुळे वर चढण्यास अशक्य, तेथे तट बांधला जात नाही. कधीकधी दोन कड्यांच्या मधला भागच तटबंदी बांधून सुरक्षित केलेला असतो. तुंगी गडाला सर्व बाजूने कडा असल्याने त्याला तटबंदीच नाही. फक्त दरवाजा आणि भोवती बुरूज आहेत. तट हे नितळ घडीव दगडावर दगड रचून करीत किंवा तिरकस आणि एकमेकांत गुंतलेल्या दगडांचे बनत. महाराष्ट्रातील किल्ल्यांच्या काही

तटांची बांधणी चिलखती पद्धतीची आहे. म्हणजे एकात एक असे दोन तट. रायगडाचे तट असे आहेत.

तटांची रुंदी तीन मीटरांपासून १० मीटरपर्यंत असते. कोणत्याही किल्ल्याच्या तटावरून एक माणूस पाच हत्यारे घेऊन सहज फिरू शके. वसईच्या किल्ल्याचा तट तर दोन मोटारी जातील इतका रुंद आहे. जलदुर्गांचे तट साधारणपणे रुंद असत.

<u>खंदक</u>

किल्ल्याभोवती खोदलेला चर म्हणजेच खंदक होय. याच्यावर एखादा पूल असे. खंदक ओलांडून किल्ल्यावर आक्रमण करणे सोपे नसे. खंदकामध्ये काटेकुटे असत आणि विषारी साप सोडलेले असत. चाकणच्या किल्ल्याभोवती तीस फूट खोल आणि पंधरा फूट रुंद असा पाण्याने भरलेला खंदक होता. यशवंतगडाभोवती आग्नेय दिशा वगळून अन्य बाजूंना २४ फूट रुंदीचा आणि १३ फूट खोलीचा खंदक आहे. गोपाळगडाच्या दक्षिण बाजूला १५ फूट खोल खंदक आणि बाकीच्या बाजूंना समुद्र आणि खाडीचे पाणी आहे.

<u>रेवणी</u>

खंदकाच्या बाहेर थोड्या अंतरावर भराव घालून दुर्गाभोवती एक उंचवटा तयार करीत. या उंचवट्याचा दुर्गाच्या विरुद्ध बाजूकडील उतार हा त्या उताराची रेषा जर दुर्गाच्या दिशेने वाढवीत नेली तर ती तटबंदीच्या फांजीवरून जाईल अशा प्रकारे मुद्दाम बांधत. त्यामुळे तोफा उंचवट्याच्या पलीकडे असतील तर त्यांना तिथून दुर्गावर मारा करता येत नसे. खंदक आणि हा उंचवटा यांच्या दरम्यान असलेल्या सपाटीच्या भागाला आणि उंचवट्यालाही रेवणी असे म्हणत. एखाद्या स्थलदुर्गाला शत्रुसैन्याचा वेढा पडला की दुर्गातील सैन्यात असलेले काही सैनिक रेवणीत बसून रेवणीच्या भरावाच्या आडोशाने शत्रुसैन्यावर छोट्या तोफांचा मारा व बंदुकांचा गोळीबार करीत. शत्रूसैन्याला त्यांना रेवणीतून घालवून दिल्याशिवाय तोफा पुढे आणता येत नसत. एकदा का रेवणीतून सैनिकांना घालवून दिले की मग शत्रुसैन्याच्या तोफा पुढे आणल्या जात आणि मगच दुर्गाच्या तट-बुरुजांवर तोफांचा मारा करण्यात येई.

<u>बुरूज</u>

बुरूज ही पहाऱ्याची जागा. बुरुजाच्या आत पहारेकऱ्याची राहण्याची सोय असे. बुरुजांवर तोफा ठेवल्या जात. तोफांची तोंडे वेगवेगळ्या दिशांना फिरवण्यासाठी त्या लाकडी गाड्यांवर बसवलेल्या असत. बुरूजांवरून दूरवरचे दिसत असल्याने स्वसंरक्षणाच्या दृष्टीने बुरूजांचे महत्त्व होते. बुरूजांचा आकार साधारण गोलाकार असल्याने सर्वबाजूंनी निगराणी करणे सोयीचे होते.

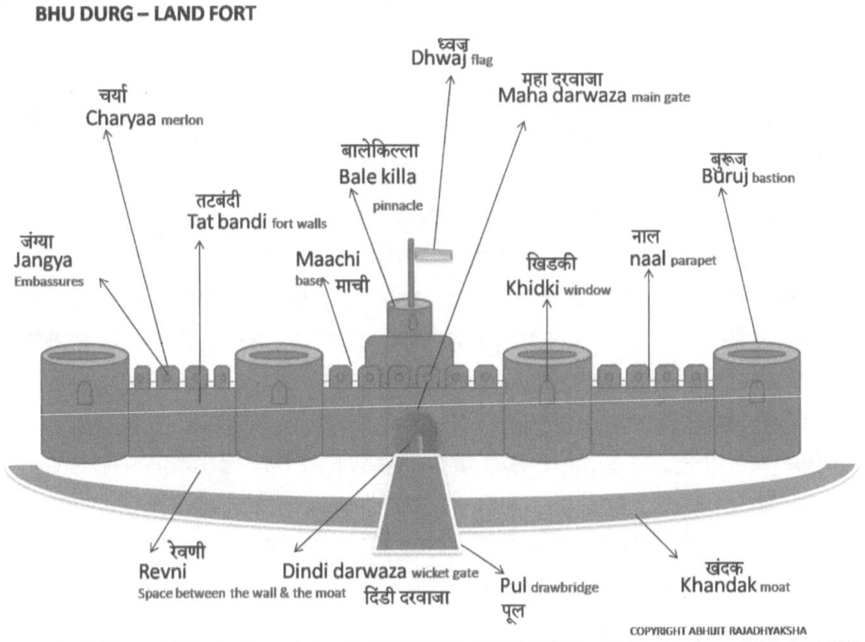

किल्ल्याचे विविध भाग (चित्र - अभिजीत राजाध्यक्ष -साभार)

माची

माची हा किल्ल्याच्या बांधणीतला अत्यंत महत्त्वाचा घटक. ज्या गडाचा सपाट विस्तार अधिक त्या गडावर माच्याही अधिक असतात. असे गड जास्त सुरक्षित असतात. माची म्हणजे गडावरील तटांनी सुरक्षित केलेली जागा. माचीवर शिबंदी असते. माची त्या त्या भागाचे संरक्षण करते. राजगडावर संजीवनी माची, पद्मावती माची आणि सुवेळा माची अशा तीन माच्या आहेत. प्रचंडगडावर बुधला माची आणि झुंझार माची आहेत. कोरलई किल्ल्यावरच्या माचीचे नाव आहे 'क्रूसाची बातेरी'. ही माची इ.स. १५५१ मध्ये पोर्तुगीज गव्हर्नराने बांधली.

चर्या

तटबंदीच्या माथ्यावर बांधलेल्या भक्कम बांधकामाला चर्या किंवा कंगोरा असे म्हणतात. काही दुर्गबांधणीत त्या लांबून पाहिल्यावर एखाद्या उमललेल्या कमळाच्या पाकळ्यांसारख्या दिसतात.

फांजी

तटबंदीच्या माथ्यावर केलेल्या संरक्षणात्मक बांधकामाला फांजी असे म्हणतात. त्यात चर्यांचाही ही समावेश होतो.

<u>जंग्या</u>

तटबंदीत असलेल्या चर्यामध्ये व फांजीमध्ये बंदुकीच्या गोळ्या सोडण्यासाठी, धनुष्य बाणाने शत्रुसैन्याचा वेध घेण्यासाठी आणि युध्दप्रसंगी त्या तटबंदीकडे येणाऱ्या शत्रुसैन्यावर नजर ठेवून त्याप्रमाणे दुर्गावरून हल्ल्याची दिशा निश्चित करण्यासाठी तटबंदीत पाडलेले व दुर्गाबाहेरच्या बाजूला उतरत गेलेले चौकोनी आकाराचे छोटे गाळे म्हणजे जंग्या. या तटबंदीप्रमाणेच बुरुजात देखील असतात. फांजीच्या आश्रयाला राहून दुर्गातील सैनिक शत्रूच्या हल्ल्यापासून संरक्षण करून घेत आणि जंग्यावाटे बंदुकीच्या गोळ्या सोडून शत्रूचे आक्रमण रोखण्यासाठी प्रयत्न करीत.

<u>झरोखा किंवा छिद्रे अथवा जंग्या</u>

किल्ल्याच्या तटाला बंदुकीचा मारा करण्यासाठी छिद्रे किंवा झरोके ठेवलेले असतात. त्यांची दिशा तिरपी खालच्या बाजूला असते. जवळजवळच्या तीन झरोक्यांतून तटाखालच्या तीन बिंदूवर रोखलेल्या तीन तीन बंदुका असतात. म्हणजे तटावरील एकच माणूस तीन ठिकाणी एकाच वेळी मारा करू शकतो. जिथे शत्रू तटाच्या अगदी जवळ पोहचण्याची संभावना असते तेथे छिद्र अधिक तिरके असते.

<u>प्रवेशमार्ग</u>

किल्ल्यांना बहुधा अनेक वाटांनी जाता येते. असे असले तरी किल्ल्यावर पोहचण्यासाठी बऱ्याच वाटा असू नयेत, आणि केवळ एकच वाटही असू नये. एका वाटेवर शत्रू आला असताना दुसऱ्या वाटेने पळून जाता आले पाहिजे. असा किल्ला जास्त सुरक्षित असतो. देवगिरीच्या किल्ल्याला एकच प्रवेशमार्ग असल्याने अल्लाउद्दीन खिलजीने आक्रमण केल्यावर रामदेवरायाला शरण जावे लागले.

<u>दरवाजे</u>

मुख्य प्रवेशद्वारातून किल्ल्यात प्रवेश केल्यावर आगंतुकाला किल्ल्यावर हवे तेथे मोकळे फिरता येऊ नये म्हणून किल्ल्याच्या आतील वाटांवर आणखी एकदोन दरवाजे असू शकतात. प्रचंडगडाच्या बिनीदरवाजातून आत गेल्यावर कोठी दरवाजा, कोकण दरवाजा आणि चित्ता दरवाजा असे आणखी तीन दरवाजे लागतात. शिवनेरी किल्ल्यात एकूण सात दरवाजे आहेत. महिपतगडालाही ५ दरवाजे आहेत. कोतवाल दरवाजा, लालदेवडी दरवाजा, पुसाटी दरवाजा, खेड दरवाजा आणि शिवगंगा दरवाजा ही त्यांची नावे.

<u>उपदरवाजे</u>

किल्ल्यात प्रवेश करण्यासाठी ठेवलेले मुख्य प्रवेशद्वाराशी असलेला दरवाजा सोडला तर बाकीच्या दरवाज्यांना उपदरवाजे म्हणतात. लोहगडाच्या शेवटच्या दरवाज्यातून पलीकडे गेल्यावर एक नागमोडी वाट लागते. तिच्या टोकाला खालच्या बाजूला आणखी एक

दरवाजा आणि त्यापुढे पुढचा आणखी खालचा बुरुजांनी वेढलेला दरवाजा. हा तिसरा दरवाजा लागेपर्यंत शत्रूला वरच्या भागांत असणाऱ्या जंग्यांच्या माऱ्यातून सुटणे कठीणच.

सिंहगडाचा पुणे दरवाजा आणि त्याचे उपदरवाजे असेच एकावर एक आहेत. एकाच्या माऱ्यात दुसरा आणि त्याच्या माऱ्यात तिसरा.

<u>चोरदरवाजा</u>

रायगडाला असा एक दरवाजा आहे. अमात्यांच्या आज्ञेने तो दगडांनी चिणून ठेवला आहे. मुख्य दरवाजा शत्रूने फोडलाच तर या चोर दरवाज्यातून दोरावरून सैनिक उतरवून चोरवाटेने पळून जायची सोय केलेली आहे. वैराटगडावर आणि कोरलईच्या किल्ल्याला अशा चोरवाटा आहेत.

चाकणच्या किल्ल्यात एक फसवा दरवाजा आहे. त्या किल्ल्यात पूर्वेकडून दरवाज्याने आत प्रवेश केला की ती वाट किल्ल्याच्या आतल्या भागात न जाता वेडीवाकडी वळणे घेत एका आडव्या भितीपाशी संपते, आणि त्या दरवाज्याने आत शिरलेले सैनिक जंग्यांच्या माऱ्यात सापडतात.

<u>दिंडी दरवाजा</u>

मोठ्या दरवाज्याच्याच भाग असलेला हा छोटा आणि बुटका दरवाजा. या दरवाज्यातून जाताना थोडे वाकूनच जावे लागते.

<u>टांके आणि विहीर</u>

पिण्याच्या पाण्यासाठी गडावर अनेक टांकी, विहिरी आणि एखादा तलाव असे. टांकी खडकांत खोदलेली असत. पाच मीटर लांब, दोन-चार मीटर रुंद आणि आठ दहा मीटर खोल अशी टांकी गडाच्या चहूबाजूंना असत. पावसाच्या झिरपणाऱ्या पाण्यामुळे ही टांकी भरत. क्वचित दोन टांकी जोडलेली असत. सिंहगडावरचे देवटांके त्याच्या चविष्ट, थंडगार व औषधी पाण्यासाठी प्रसिद्ध आहे. रायगडावरच्या आणि लोहगडावरच्या टांक्यांमधले पाणीही रुचकर आहे. मार्किंडा गडावर कोटितीर्थ (रामकुंड), कमंडलू आणि मोतीटांके अशी तीन टांकी आहेत. रवळ्या आणि जवळ्या या दोन किल्ल्यांच्या मधल्या भागात गंगा-जमुना या नावाची उत्तम टांकी आहेत. शिवाय दोन्ही किल्ल्यांवर आणखीही काही टांकी आहेत.

पुरंदर किल्ल्यावर राजाळे आणि पद्मावती नावाचे तलाव आहेत. महिपतगडावर पारेश्वराच्या देवळाच्या आवारात दोन तळी आहेत.

रायगडावर गंगासागर नावाचा कधीही पाणी न आटणारा तलाव आहे आणि शिवाय, कुशावर्त आणि हत्ती तलाव नावाचे आणखी दोन तलाव आहेत. हत्ती तलाव हत्तींना डुंबण्यासाठी वापरला जात असे.

<u>बालेकिल्ला</u>

बालेकिल्ला (मूळ अरबी शब्द बाला-इ-किला) म्हणजे गडावरील सर्वात सुरक्षित जागा. किल्ला ज्या शिखरावर असेल त्या शिखरावरच्या सर्वात उंच जागी बालेकिल्ला असतो. गरज असेल तर बालेकिल्ला तटबंदीने अधिक मजबूत केलेला असतो. क्वचित एका गडावर

दोन बालेकिल्ले असतात. राजमाची किल्ल्याला दोन उभे सुळके आहेत, म्हणून तिथे दोन बालेकिल्ले आहेत. सुळक्यांमधल्या जागेत तटबंदी आहे. राजगडावरील बालेकिल्ला चढायला अतिशय कठीण आहे. बालेकिल्ल्यावरील इमारतीत किल्लेदार आणि हवालदार रहात. क्वचित राजमंदिरही असे.

<u>सदर</u>

सदर म्हणजे किल्ल्यावरील कारभार करण्याची जागा. किल्ल्यावरील कागदोपत्री कामकाज जेथून चाले ते कार्यालय. राजगडावर पद्‌मावती, सुवेळा व संजीवनी या तीनही माच्यांवर सदर होती. या शिवाय किल्ल्यावर पागा, पिलखाना, फरासखाना, पेठा दारूगोळ्याचे कोठार, धान्य कोठार यांचीही व्यवस्था केलेली असे. अशा प्रकारे एखादा किल्ला म्हणजे स्वयंपूर्ण गावच असे. शत्रूचा वेढा पडल्यास अनेक महिने किल्ला लढवावा लागत असे तेव्हा ही व्यवस्था कामाला येई.

<u>अर किल्ला किंवा अरक किल्ला:</u>

स्थलदुर्ग किंवा भुईकोट प्रकारच्या गडांमध्ये आढळणारा आतील छोट्या आकाराचा किल्ला म्हणजे अर किल्ला. याचा फार्सी कागदपत्रांमधून किल्ले अर असा अनेकदा उल्लेख येतो. विजापूर व छ. संभाजीनगर (औरंगाबाद) येथील अर किल्ले आजही अस्तित्वात आहेत. त्यामुळे अर किल्ला किंवा किल्ले अर ही दुर्गसंज्ञा फक्त स्थलदुर्गाच्या बाबतीतच येऊ शकते. जलदुर्ग किंवा गिरिदुर्गाबद्‌दल नाही.

राजगडाचा सर्वसाधारण नकाशा (विकी कॉमन)

मध्ययुगीन किल्ल्यांची काही वैशिष्ट्य (शिवकालीन)

प्रतापगड, राजगड, सिंधुदुर्ग, रायगड असे शिवाजी महाराजांनी निश्चितपणे बांधलेले किल्ले आणि सिंहगड, पन्हाळा, जंजिरा, देवगिरी असे जुने किल्ले. यामध्ये तुलना केली तर काही वैशिष्ट्ये स्पष्टपणे नजरेत भारतात. त्यापैकी काही प्रमुख गोष्टी खालीलप्रमाणे -

१) डोंगरी किल्ल्याची प्रमुख व बाह्य तटबंदी शिवनिर्मित किल्ल्यांवर अगदी डोंगर माथ्याऐवजी पायथ्यापासून साधारणत: २/३ उंचीवर बांधलेली आढळते. किल्ल्याचा मुख्य दरवाजा अशाच ठिकाणी असतो. रायगडाचा मुख्य दरवाजा असणारी तटबंदी टकमक टोक व हिरकणी बुरुजादरम्यान खालपासून २/३ उंचीवर आहे. राजगडाच्या माचांची तटबंदी आणि मध्यवर्ती बालेकिल्ला यामध्येही असाच डोंगरी उंचीचा फरक आहे. प्रतापगडची माची आणि बालेकिल्ला यामध्येही उंचीचा फरक आहेच.

२) डोंगरी किल्ल्याच्या मुख्य प्रवेशद्वाराकडे येणारी वाट डोंगर उजवीकडे ठेवूनच वर येते. शिवकाळात किल्ले जिंकताना लढाई प्रामुख्याने ढाल-तलवार ही दोन साधने वापरूनच होत असे. बंदुका-धनुष्यबाण-भाले-तोफा यांचा वापर जरी होत असला तरीही किल्ल्याच्या मुख्य दरवाजापाशी होणारा हल्ला ढालतलवारीचा उपयोग करूनच होत असे. किल्ल्याकडे येताना उजवीकडे डोंगर असेल व तेथील तटबंदीवर बसलेले सैनिक छोटे-मोठे दगड, जळते बोळे, बाण, भाले, बंदुकीच्या गोळ्या यांचा मारा करीत असतील तर ढालीसारखे संरक्षक कवच बरोबर विरुध्द बाजूला राहत असे. किल्ल्याच्या प्रवेशद्वाराकडे येणारी वाट नियोजनपूर्वक आखली तर त्याचाही फायदा उठवता येतो. शत्रूच्या अडचणीत भर टाकता येते. असा इतका बारीक सारीक विचार दुर्गबांधणीत केलेला आढळतो. जुन्या सिंहगड, पन्हाळा, विशाळगड आदी किल्ल्यांवर नसलेला हा प्रकार रायगड, प्रतापगड आदी शिवनिर्मित किल्ल्यांवर आवर्जून दिसतो.

३) किल्ल्यांचे प्रत्यक्ष दार लपवलेले असते ते दर्शनी नसते. प्रवेशद्वार नेमकं कुठे आहे ते खालून निश्चितपणे सांगता अथवा दाखवता येत नाही.

४) प्रत्यक्ष दरवाज्याची रचना शिवनिर्मित दुर्गावर गोमुखी बांधणी असे. याचं उत्कृष्ट उदाहरण म्हणजे रायगडचा महादरवाजा. येणाऱ्या शत्रुसैनिकांच्या पाठीवर हल्ला करण्याच्या पुरेशा संधी यात मिळू शकतात. दोन बुरुजांच्या कवेत निर्माण झालेल्या चिंचोळ्या वाटेने आत शिरताना त्यांच्या अंगावर उकळते तेल किंवा पाणी ओतले तर भाजणे आणि निसरडी जमीन ही दोन अस्मानी संकटे शत्रूला नामोहरम करू शकतात. प्रत्यक्ष दरवाज्यासमोर असणारे प्रांगण छोटे तर असतेच, पण शत्रूने इथवर हत्ती आणून दरवाज्यावर धडक देऊन दार फोडून आत येण्याचे ठरविले तर हत्तीला धडक देण्यासाठी थोडे मागे जावे लागते. तेवढे मागे जाण्याएवढी जागाच त्या जागी उपलब्ध नाही. दरवाजा बगलेत घेणारे दोन्ही बुरूज घडीव दगडांचे आणि असे चिरेबंदी बांधणीचे की त्यात बोटच काय पण

नख रुतवायलाही जागा नाही. शिवाय वरून होणारा बंदुकीच्या गोळ्या, बाण, जळते बोळे, भाले यांचा त्रास चुकवायला आडोसाच नाही. संरक्षक दुर्गबांधणीचा हा सर्वोच्च आविष्कार असावा. म्हणूनच एक शिवशाहीर म्हणतात, एक वेळ सीतेच्या हृदयात रावणाला स्थान मिळेल, पण या गोमुखी प्रवेशद्वार रचनेतून शत्रूचा सैनिकही आत येणं केवळ अशक्य. म्हणूनच रायगडावरील सत्तांतर इथल्या मुख्य दरवाज्यातील लढाईत विजय मिळवून कधीही झालेलं नाही. वरच्याशिबंदीची सपशेल शरणागती किंवा तह यामुळेच हे सत्ताबदल झाले.

५) एवढं करूनही मुख्य दरवाजा पडलाच तरीही एका मागोमाग असणाऱ्या तटबंदीच्या जागा, मोर्चे, चौक्या आणि छातीवर येणारी पुढील वाट म्हणजे शत्रूचं मनोबल कमी करत जाणारी बिनतोड यंत्रणाच.

१.४ सारांश

प्राचीन काळापासून जगाच्या विविध भागात किल्ले बांधले जात असत. मध्ययुगात किल्ल्यांवरील अवलंबित्व वाढले होते. महाराष्ट्रात, खास करून पश्चिम महाराष्ट्रात सह्याद्री पर्वतरांग असल्याने नैसर्गिक संरक्षण कवच होते. त्यामुळे या भागात मोठ्या प्रमाणात किल्ल्यांची बांधणी झालेली दिसते. महाराष्ट्रात सर्वात जास्त किल्ले आढळतात. दुर्गम पासून दुर्ग तर किला पासून किल्ला हे शब्द मराठीत रूढ झाले. किल्ल्याच्या व्याख्या त्यातील बांधकामाच्या वैशिष्ट्यावरून तसेच त्याच्या वापराच्या उद्दिष्टानुसार केलेल्या दिसतात. अगदी कौटिल्यापासून ते अलीकडेपर्यंत अनेकांनी किल्ल्याचे महत्त्व विशद केलेले आहे. हडप्पा संस्कृतीच्या शहरातही किल्ले सदृश रचना दिसून आली. त्यावरून किल्ल्याचा इतिहास बराच जुना असल्याचा निर्वाळा मिळतो. तटबंदी पासून सदरेपर्यंत अनेक बांधकामांचा गरजेनुसार वापर करून किल्ल्याची एक स्वयंपूर्ण व सुसज्ज यंत्रणा उभी केली जात असे.

१.५ स्वयंअध्ययनाचे प्रश्न

प्रश्न-१ थोडक्यात उत्तर लिहा

१. किल्ल्याच्या विविध व्याख्या सांगा.

२. किल्ल्याचे कोणतेही तीन भाग सांगा.

३. किल्ला बांधणीचा इतिहास थोडक्यात सांगा.

४. बालेकिल्ला म्हणजे काय?

५. शिवकालीन किल्ल्यांची वैशिष्ट्ये स्पष्ट करा.

प्रश्न-२ टीपा लिहा.

१. माची.

२. तटबंदी
२. रेवणी

१.६ अधिक वाचनासाठी पुस्तके/ लिंक

१. फोर्टस ऑफ महाराष्ट्र
२. साद मराठवाड्यातील किल्ल्यांची - पांडुरंग पाटणकर
३. दुर्ग दर्शन -गो. नी. दांडेकर
४. दुर्गविधानम - मिलिंद पराडकर
५. किल्ला-मराठी विश्वकोश
६. http://trekshitiz.com

2

किल्ल्याचे प्रकार व महत्त्व

अनुक्रमणिका

२.१ उद्दिष्ट्ये

२.२ प्रास्ताविक

२.३ विषय विवेचन

२.३.१ किल्याचे प्रकार

२.३.२ किल्ल्यांचे महत्त्व

२.४ सारांश

२.५ स्वयं अध्ययन प्रश्न

२.६अधिक वाचनासाठी पुस्तके

२.१ उद्दिष्टे

या घटकाचा अभ्यास केल्यानंतर आपल्याला,

- किल्याचे विविध प्रकार माहित होतील
- मध्ययुगातील राजकारणात किल्यांचे महत्त्व काय होते ते समजेल

२.२ प्रास्ताविक

प्राचीन काळापासून किल्ले बांधणी होत होती. जागेनुसार व गरजेनुसार यात वैविध्य दिसते. त्यानुसार किल्ल्यांचे प्रकार पडलेले दिसतात. विविध साधनात किल्ल्यांच्या विविध प्रकारांचा उल्लेख आलेला आहे. काळानुरूप त्यात फरक झालेला दिसतो. मध्ययुगात मोजकेच प्रकार उपयोगात असलेले दिसतात. राज्यकारभार सुरळीत चालवण्यासाठी तसेच शत्रूपासून संरक्षण करण्यासाठी किल्ल्यांचे खूप महत्त्व असल्याचे दिसते. त्या त्या कालखंडातील साहित्यात किल्ल्यांचे महत्त्व अधोरेखित केलेले आहे. कौटिल्य पासून ते रामचंद्र पंत अमात्य यांच्यापर्यंत किंवा अगदी ब्रिटिशांनीही किल्ल्यांचे महत्त्व सांगितले आहे. या प्रकरणात आपण किल्ल्यांचे प्रकार व महत्त्व जाणून घेणार आहोत.

२.३ विषय विवेचन

२.३.१ किल्ल्याचे प्रकार

अगदी साध्या तटबंदीपासून ते मजबूत किल्ल्यापर्यंत किल्ले बांधणीचा प्रवास झालेला आहे. आज एकविसाव्या शतकातही अणुबॉम्ब तसेच अन्य घातक शस्त्रांपासून बचाव करण्यासाठी आधुनिक पद्धतीने किल्लेवजा बांधकाम करूनच काही संरक्षणात्मक व्यवस्था उभारल्या जात आहेत. त्यामुळे वेगवेगळ्या कालखंडात व गरजेनुसार तसेच उपलब्ध भौगोलीकतेनुसार किल्ल्याचे वेगवेगळे प्रकार विकसित झाले. वैदिक काळातील 'पूर' पासून ते आजच्या बंकर पर्यंत या बांधणीतील वैविध्य दिसून येते. त्यामुळे काळानुरूप लिहिल्या गेलेल्या साधनात किल्ल्यांचे भिन्न भिन्न प्रकार सांगितले आहेत.

भारतात तटबंदी युक्त बालेकिल्ला असलेले शहर इ. स. पू. २३०० ते इ.स.पू. १७५० च्या काळातील हडप्पा संस्कृतीत सापडली आहेत. परंतु पुरातत्वीय अवशेष सोडले तर तत्कालीन किल्ला अथवा शहर बांधणीची अन्य माहिती मिळत नाही. पुढे ऋग्वेद कालीन 'पुर' चा उल्लेख आलेला मागील प्रकरणात पहिला, परंतु हे पुर काही भक्कम बांधकामे नव्हती तर अगदी साधे कुंपण असलेली तात्पुरती बांधकामे होती. वेदकालीन वसाहती तितक्या स्थिर झालेल्या नव्हत्या; त्यामुळे नूतन वसाहतीच्या किंवा मोठ्या ग्रामीण वस्तीच्या संरक्षणासाठी काटेरी झाड, पाल्याची कुंपणे अथवा महत्त्वाचे ठिक़ाणी दगडी कोट उभारले जात होते. अशा ग्रामांना ऋग्वेदात 'पूर' म्हणून संबोधले आहे. सामान्यत: प्रत्येक राजधानीची जागा निसर्गसिद्ध सुरक्षित नसेल, तर कृत्रिम संरक्षक तटबंदीचे त्या वेळी चार प्रकार होते; जल, गिरी, वाळवंट व जंगल. कृत्रिम तटबंदीत राजधानी वाढ करून ठेवणे; इत्यादी; परंतु या सर्व प्रयत्नांचे ध्येय म्हणजे संकटकाळी आपली धनसंपत्ती व वेळ पडल्यास माणसे यांना काही काळ संरक्षण देणे हे होय. कोणीही शत्रू फार दिवस आपला लढा चालवू शकत नसे. एकतर शत्रूसैन्याला खाण्यापिण्याची फार काळ सोय करणे कठीण जात असे आणि तशी ती करू म्हटले, तरी ह्या रसद घेऊन जाणाऱ्या लोकांनाच लुटण्याची शत्रू विशेष खबरदारी घेत असे, कारण एकदा का दाणागोटा तोडला की, शत्रू आपल्या राज्याबाहेर फार दिवस काढू शकत नसे. शिवाय पावसाळ्यात निवारा मिळणे दुस्तर असल्याने स्वारी शिकारीवर निघणाऱ्या सैन्याला पावसाळा सुरू होण्यापूर्वीच स्वस्थानी परतावे लागत असे; परंतु शत्रुत्व स्वीकारणारे शेजारीपाजारी एकमेकांना उपद्रव देऊ लागले तेव्हा धनसंपत्तीच्या रक्षणाव्यतिरिक्त संरक्षणाची आपली सर्व भिस्त राजशासनाधिकाऱ्याला मानवी बलावरच ठेवावी लागे आणि या मानवी दुर्गाच्या साहाय्याने कितीही शेजारीपाजारी मांडलिक म्हणून अंकित केले गेले, तरी या मानवी दुर्गांची पाठ वळताच पुन्हा स्वतंत्रपणे वागू लागत. सारांश, दहशत निर्माण करण्यापलीकडे काही कायम स्वरूपाची घटना करणे, विस्तृत देशचित्रणाला पुरेसे मानवी सामर्थ्य हाती नसल्यामुळे व वाहतुकीच्या सोयी व मार्ग याच्या अभावी, शक्य झाले नव्हते.

इ.स.च्या पूर्वी भारतात ठिकठिकाणी राज्यशासन व्यवस्था बरीच प्रगत झाली होती. त्या काळी गडकोटांना बरेच महत्त्व प्राप्त झाले होते. मनुस्मृतीत जी काही वचने आली आहेत त्याकडून तत्कालीन गड किल्ल्यांच्या वास्तु व उपयोग यात कोणती प्रगती झाली होती त्याचे थोडेबहुत चित्र आपणास पाहावयास मिळते. मनुस्मृतीच्या सातव्या अध्यायात व दुर्गांबद्दल चर्चा झाली आहे. त्यातील आशय असा: "राजाने दुर्गाच्या जवळ बसविलेल्या नगरात आपले वास्तव्य ठेवावे. हे दुर्ग सहा प्रकारचे आहेत. ते येणे प्रमाणे: धनदुर्ग, महीदुर्ग, अब्दुर्ग, राधादुर्ग, नृदुर्ग, व गिरिदुर्ग. सहा दुर्गांची गुणभेदाने व्याप्ती व प्रकार तत्कालीन समजुतीप्रमाणे असे: "आजूबाजूच्या वीस कोसपर्यंत पाणी नसणाऱ्या किल्ल्यास धनदुर्ग म्हणत. ज्याला बारा हातांपेक्षा अधिक उंचीचे, युध्दाचा प्रसंग आल्यास ज्या वरून व्यवस्थित रीतीने फिरता येईल आणि ज्याला झरोक्यांनी युक्त असलेल्या खिडक्या ठेवलेल्या आहेत अशा, तटांनी युक्त असलेल्या किल्ल्यास महिदुर्ग म्हणावे. अपरिमित जलाने चोहीकडून वेढिलेल्या किल्ल्यास अब्दुर्ग किंवा जलदुर्ग अशी संज्ञा आहे. तटाच्या बाहेर चारी बाजूला चार कोसपर्यंत मोठाले वृक्ष, काटेरी झाडे, कळकीची बेटे आणि वेलींच्या जाळ्या यांनी वेष्ठिलेल्या किल्ल्यास वृक्षसंबंधी म्हणजे राधादुर्ग म्हणत.

गज, अश्व, रथ व पती या चतुरंग सैन्याने रक्षण केलेल्या किल्ल्यास नृदुर्ग असे नाव आहे. आसपास वर चढण्याला एकच संकुचित मार्ग असणारा, नदी, झरे इत्यादिकांच्या जलांनी व्यापिलेला व धान्ये निर्माण होण्यासारख्या क्षेत्रांनी मुक्त असलेला डोंगरी किल्ला गिरिदुर्ग या संज्ञेस पात्र होतो. या वरून तत्कालीन सुरक्षितता साधणाऱ्या या नियोजनावरून शत्रूचे सामर्थ्य, दूरवर जाऊन रणसंग्राम करण्याची तयारी आणि प्रदेश जिंकण्यापेक्षा धनधान्यसंपत्ती संपादनाला दिलेले विशेष प्रामाण्य याची कल्पना करीत असे.

या सहा दुर्गांचे गुणवैशिष्ट्य सांगताना मनु म्हणतो, "या सहा प्रकारच्या दुर्गात गिरिदुर्ग हाच बहुगुण विशिष्ट आहे; म्हणून अनेक प्रयत्नांनी त्याचा आश्रय करावा. धनुदुर्गात हरिणादि पशु राहतात, महिदुर्गात उंदीर वगैरे प्राण्यांचा निवास असतो, जलदुर्गात साप, सुसरी, मासे इत्यादी जलचर प्राणी वस्ती करतात, राधादुर्गात वानर असतात, नृदुर्गाचा मनुष्य आश्रय घेतात आणि शेवटच्या गिरिदुर्गात देव आपले निवासस्थान समजतात. अर्थात या सहा प्रकारच्या दुर्गांमध्ये गिरिदुर्गच श्रेष्ठ होय.

वरील उल्लेखावरून असे दिसून येते की, मनुस्मृतीत फक्त आर्यावर्ताचा म्हणजे विंध्याचलाच्या उत्तर भागातील संस्कृतीचा विचार केलेला आहे; त्यामुळे त्या विशिष्ट प्रदेशातील गिरिदुर्गाची कल्पना त्या विवेचनात अंगभूत झालेली आहे. त्या वर्णनात महाराष्ट्रातील सह्याद्री सातपुडा पर्वतातील गडांच्या वास्तूंचा आणि विशेषत: काळ्या फत्तरावर उठविलेल्या वास्तूंचा विचार नाही हे येथे लक्षात घेणे जरुरी आहे.

मनुस्मृतीपेक्षा महाभारतात थोडा अधिक तपशील येतो. गडकोटांची माहिती महाभारतातील शांतीपर्वात पाहावयास मिळते. भीष्मांच्या मते पुरुषचयासारखा दुसरा कोणताही कोष राजाला श्रेष्ठ नाही आणि शास्त्रांमध्ये जे सहा दुर्ग सांगितले आहेत त्यामध्ये

नृदुर्ग हा दुर्भेद्य म्हणून सांगितला आहे. पुढे युधिष्ठिराने प्रश्न केला की, "राजाने जेथे राहावयाचे, ते नगर कशा प्रकारचे असावे किंवा नवीन बांधावयाचे झाल्यास ते कोणत्या प्रकारे बांधावे?"

तेव्हा भीष्म सांगतात: "तुला विशेषत: दुर्ग कसे असावेत ते सांगतो. ते ऐकून तू तशा प्रकारचे दुर्ग बांधून घेऊन त्यांच्या आश्रयाने नगरे वसवावीत, त्यामध्ये सर्व प्रकारची संपत्ती असावी व पुष्कळ लोक राहण्याचीही सोय असावी. हे दुर्ग धन्वदुर्ग, महिदुर्ग, गिरिदुर्ग, मनुष्यदुर्ग, मृददुर्ग आणि वनदुर्ग अशा सहा प्रकारचे असतात. त्यांपैकी एखाद्या दुर्गाच्या आश्रयाने राजनगर असावे. यात सतत धान्य आणि आयुधे यांची विपुलता असावी. त्याचे तट मजबूत असावेत व सभोवतीचा खंदकही बळकट असावा. त्यामध्ये गज, अश्व आणि रथ पुष्कळ असावेत. अनेक कुशल शिल्पकार असावेत. तेथे सर्व प्रकारची सामग्री असावी. धार्मिक आणि उद्यमदक्ष लोक तेथे राहत असावेत. त्यामध्ये बलसंपन्न लोक आणि अश्व असावेत. त्यात मोठमोठे शोभिवंत चौक आणि बाजार असावेत. सर्व व्यवहार उघडपणे चालून तेथे नित्य शांती असावी. भीती कोठूनही नसावी. तेथे सदोदित रमणीयता असून वाद्यनाद चालत असावेत."

शत्रूचा त्रास होऊ लागला म्हणजे या गडकोटांची व्यवस्था कशी राखावी याबद्दल भीष्म सांगतात:

"एखाद्या आपल्यापेक्षा बलवान राजाकडून आपल्याला त्रास होतो असे वाटल्यास बुद्धिमान राजाने किल्ल्याचा आश्रय करावा. किल्ल्याच्या भोवताली असणाऱ्या क्षुद्र वृक्षांची मुळे तोडून टाकावीत. अश्वत्थ वृक्षाचे मात्र पान देखील खाली पडू देऊ नये. किल्ल्याच्या तटावर, कोण लोक कोठून येतात त्यांच्यावर लक्ष ठेवण्यासाठी निरनिराळ्या चौक्या ठेवाव्यात व त्यावर शूरलोकांचा पहारा असावा. तटावरच्या लोकांना बाहेरच्या गोष्टी दिसण्यासाठी भिंतीला बारीक भोके ठेवावीत.

प्रसंगवशात या भोकातून तीर वगैरेचा मारा करता येईल अशी व्यवस्था असावी. किल्ल्याच्या भोवतालचा खंदक मासे, नक्र, इत्यादिकांनी परिपूर्ण असावा किंवा त्यात जागोजाग शूल उभे केलेले असावेत. नगरातील लोकांना संकटकाळी बाहेर निघता यावे येवढ्यासाठी सूक्ष्मद्वारांची गुप्त भुयारांची योजना असावी व या द्वारावर इतर ठिकाणाप्रमाणेच पहारा असावा. प्रत्येक दरवाजावर मोठमोठाली द्वारे ठेवावीत."

शिल्पकलेतील प्रगतीचे दर्शन कौटिलीय अर्थशास्त्रात मिळते. यातील अधिकरण २, अध्याय २४ व २५ मध्ये 'दुर्गरचना' व 'किल्ल्यातील नगररचना' यामध्ये बराच तपशील आहे. ही माहिती तत्कालीन गडकोटांच्या वास्तुशास्त्राविषयीची बरीच ओळख करून देते. मात्र ही वास्तुशास्त्राच्या अभ्यासकाला जितकी पुरेशी तपशीलवार असावयास पाहिजे तेवढी नाही, परंतु इतरत्र या इ.स. पूर्व वास्तुशास्त्राचा बारकाईचा तपशील कोठेच मिळत नाही. अशा परिस्थितीत कौटिलीय अर्थशास्त्रातील माहितीला बरेच महत्त्व प्राप्त होत आहे. त्यातील दुर्गरचनेबद्दल कौटिल्याचे निवेदन असे: "आपल्या राज्याच्या सरहदीवर चारी

दिशांना नैसर्गिक भूरचनेचा फायदा घेऊन युध्दोपयोगी अशा दुर्गाची रचना करावी. जलवेष्ठित, खंदकाने वेष्ठिलेले, डोंगरामधील दगडात रचलेले किंवा खोदलेले, निर्मळ व निर्वृक्ष अशा दलदलीने ओसाड प्रदेशात बसविलेले किंवा कुसळाच्या गवताने वेष्ठिलेले, काटेरी झाडांनी घेरलेले असे किल्ल्याचे आठ भेद आहेत. यांपैकी जलदुर्ग व पर्वतदुर्ग यांच्या योगाने देशाचे रक्षण होते. धान्वन (ओसाड प्रदेशातील) व वनदुर्ग यांनी अटवी स्थानाचे रक्षण होते किंवा संकटाचे वेळी त्यात आश्रय घेता येतो." राजधानीसाठी जे स्थानीय (नगरदुर्ग) बांधावयाचे त्याच्या वास्तुयोजनेबाबत कौटिल्य लिहितो, "देशाच्या मध्यभागी देवघेवीचे केंद्र असे शहर बसवावे. वस्ती करण्याला प्रशस्त अशा प्रदेशात नदीसंगमावर किंवा कधीही कोरडे न पडणाऱ्या सरोवराच्या किंवा तलावाच्या काठी स्थानीय बसवावे. जागेच्या सोयीप्रमाणे ते वर्तुळाकार, लांबट किंवा चौकोनी असावे. त्याच्याभोवती सर्व दिशांना पाणी असावे. त्यात निरनिराळ्या मालाच्या वेगवेगळ्या पेठा असाव्यात व त्याला खुस्कीवरून आणि तसेच पाण्यावरूनही येण्याजाण्याचे मार्ग असावेत. त्याच्या भोवती चार चार हातांच्या अंतरावर तीन खंदक असावेत. खंदकाची रुंदी अनुक्रमे चौदा, बारा व दहा दंड असावी आणि खोली रुंदीच्या तीन चतुर्थांश किंवा अर्धी असावी. तळाची रुंदी खंदकाच्या पाऊणपट असून तळाशी फारशी केलेली असावी. त्याच्या बाजू दगड अथवा पक्क्या विटा यांनी बांधून काढाव्यात. खंदकात जिवंत पाणी असावे किंवा बाहेरून पाणी सोडून तो भरावा. त्यातील पाणी जाण्याला वाट ठेवावी. खंदकात कमळे व नक्र असावेत.

आतल्या खंदकापासून चार दंडांच्या आतल्या खंदकापासून चार दंडांच्या अंतरावर सहा दंड उंच व बारा दंड रुंद असा तट बांधावा. तो खाली रुंद व वर निमुळता आणि मध्ये फुगीर असा असावा. त्याच्यामध्ये मातीची भर घालून ती हत्ती व बैल यांच्याकडून तुडवावी आणि त्यावर काटेरी झाडे व विषारी वेली लावाव्यात. नवीन मातीने तटाला असणारी छिद्रे भरून काढावीत. तटाच्या वर रुंदीच्या दुप्पट उंचीचे असे दोन विटांचे बुरुज बारा हातांवर एक किंवा चोवीस हातांवर करावेत. तटावर रथ चालवताना वाट असावी आणि त्या वाटेच्या कडेला तालपूलाप्रमाणे किंवा मृदुंगासारखे किंवा माकडाच्या डोकीच्या आकाराचे दगडांचे कवडे असावेत. त्यात लाकडांचा उपयोग करू नये, कारण लाकडाला अग्नीचे भय असते. तीस दंड अंतरावर रुंदीच्या इतक्याच उंचीचा चबुतरा करावा व त्यावर चढण्याला व उतरण्याला जिना असावा. तटावरील दोन चबुतरयांच्यामध्ये रुंदीच्या दीडपट लांबी असलेली दुमजली व वर गच्ची असलेली अशी देवडी बांधावी. बुरुजांच्या व वाडपांच्या मध्यंतरी तिघे धनुर्धारी बसतील एवढी पुढे आलेली खिडकी असावी व त्या खिडकीच्या झडपांना भोके असून ती वाटेल तेव्हा उघडता झाकता यावीत. तटावर मध्ये दोन हात रुंदीचे गुप्त रस्ते तटाच्या अनुरोधाने व तटाच्या कडेपासून आठ हात आतल्या बाजूस असे करावेत. दोन दंड किंवा चार दंड अंतरावर तटावर चढण्याउतरण्याला आतल्या बाजूने जिने बांधावेत. तटात अवघड जागी बाहेर निघून जाण्याला काढता घालता पूल असावा व त्याचा चोर दरवाजा या वाटेजवळ असावा.

तटाच्या बाहेरच्या बाजूस बाहेर पडण्यासाठी गुप्त वाट करावी. तिच्यामध्ये जानुभाळीनी, त्रिशुल, प्रकर, कूपकूट वगैरे घातक वस्त्रे, काटे, सर्पांच्या हाडांचे सांगाडे, तालपत्र, शृंगाष्टक, श्वदंष्टार्गल वगैरे हत्यारे वाकडी तिकडी ठेवलेली असावीत आणि तिच्याजवळ रोगट पाण्याची डबकी असावीत. अशा तऱ्हेने ती वाट झाकलेली असावी. दाराच्या दोन्ही बाजूला कमानी करून सहा हात रुंदीचा दरवाजा सहा रस्त्यांना एक असा करावा किंवा दरवाज्यामधील अंतर वीस हातांपासून बत्तीस हातांपर्यंत असावे व दरवाजाची उंची आठ हात असावी किंवा रुंदीपेक्षा एक षष्ठांशाने किंवा एक अष्टमांशाने अधिक असावी. तटाच्या आत एक वाडा असावा. त्याचे खांब पंधरा हातांपासून अठरा हातांपर्यंत उंच असावेत. त्या खांबांचा परीघ तळाशी उंचीच्या एक षष्ठांश असावा व टोकांशी त्याच्या एक चतुर्थांश असावा व खांबाचा एक तृतीयांश भाग जमिनीत पुरावा.

वाड्याचे जेवढे क्षेत्र असेल त्याचे पाच भाग करावेत. त्यात मध्ये विहीर बांधावी, तिच्या दोन्हीही बाजूस दीर्घ चौरस आकार असे दोन सोपे बांधावेत आणि दोन्ही सोप्यांच्या दोनही टोकांस एकेक कोठडी बांधावी. प्रत्येक सोप्याच्या बाहेरच्या बाजूस घुमटयुक्त असे दोन दोन उंच ओटे बांधावेत. त्या ओट्यांच्या दरम्यान जाण्यायेण्याला लहानसा दरवाजा ठेवावा. वरच्या बाजूस दुमजला करावा. त्याची उंची तळमजल्याच्या अध्र्याने असावी व त्याचे खांब फार जाड असू नयेत. तिसऱ्या मजल्याचा विस्तार तळमजल्याच्या क्षेत्रफळाच्या एक द्‌वितीयांश किंवा एक तृतीयांश एवढा असावा. दुसऱ्या व तिसऱ्या मजल्यावर चढण्याकरिता डाव्या बाजूच्या कोपऱ्यात वाटोळा जिना असावा. इतर बाजूंना भिंतीतून काढलेले गुप्त जिने असावेत. वेशीच्या दरवाज्याच्या वरचे लाकुड दोन हात जाड असावे. दरवाज्याच्या बाजूचे उभे स्तंभ तीनपंचमांश हात जाडीचे असावेत. दरवाजा बंद करण्यासाठी दोन अडसर असावेत. दरवाज्याचे कुसु मुंढा हात लांबीचे असावेत. दरवाज्याच्या मधली दिंडी पाच हात उंचीची असावी आणि हत्तीला शिरण्याला प्रतिबंध करणारे असे चार अडसर असावेत. गोपुराजवळ दरवाज्याच्या अध्र्या रुंदी इतका आणि दरवाज्याच्या उंची इतका मातीचा बुरुज असावा. किल्ल्याच्या सभोवती फेरी घालण्याची वाट न मोडता येण्यासारखी पक्की असावी. जेथे किल्ल्याभोवती पाणी नसेल तेथे ती वाट भुईतून असावी.

तटाला शोभेल असा वेशीचा मुख्य दरवाजा करून त्या शिवाय त्या दरवाज्याच्या एकतृतीयांश एवढे सुसरीच्या तोंडासारखे द्‌वार प्रसलेले असे गोपुर बांधावे. तटाच्या आत बावडी बांधावी व तीत उतरण्याला पुष्करिणीद्‌वार ठेवावे. वेशीच्या दिंडीच्या दीडपट आकाराचे असलेले असे कुमारीपूर बांधावे. त्याचा दरवाजा कमानीच्या आकाराचा असावा व त्याला शिखर किंवा गोपुर असू नये. जागेचा विस्तार आणि हत्यारे वगैरे सामानाची अनुकुलता असेल त्या बेताने किल्ल्यात लागणारे सामान व शस्त्रे, हत्यारे इत्यादी ठेवण्याकरता गुप्त तळघरे करावीत. ती उंचीच्या मानाने एक तृतीयांश अधिक लांबी-रुंदीची असावीत. त्या तळघरात गोटे, कुदळी, कुऱ्हाडी, बाण, गजादिकांचे शृंगार, गदा, मुदर, दंड, चक्रे, यंत्रे, शेकडो लोकांचा एकदम घात करणारी शतन्घी नावाची यंत्रे, लोहारांनी बनविलेली

किरकोळ हत्यारे, त्रिशूल, भाले, उंटाच्या मानेसारख्या वाकड्या बांबूच्या काठ्या, आगीचे बाण आणि प्रकरणात सांगितलेले अनेक पदार्थ यांचा संग्रह करावा.”

कोटाच्या बांधकामाबरोबर या किल्ल्यातील नगररचनेबद्दल तत्कालीन रुढ शिल्पाची माहिती कौटिल्याने दिली आहे. तीही विचारात घेण्यासारखी आहे. कौटिल्य म्हणतो, “किल्ल्याच्या आत पूर्वपश्चिम असे तीन व दक्षिणोत्तर तीन असे सहा रस्ते आखून नगराचे भाग पाडावेत. त्या नगराला बारा दरवाजे असावेत. त्यातले काही दरवाजे जमिनीवरून, काही पाण्यातून व काही भुयारातून जाता येईल असे असावेत. गावातले सामान्य रस्ते चार दंड रुंदीचे असावेत. राजमार्ग, त्याच प्रमाणे द्रोणमुख, स्थानीय, जनपद, गायराने, उतार पेठा, छावणी, स्मशान यांना जाणारे रस्ते चार दंड रुंदीचे असावेत. धरणावरील व वनाला जाणारे रस्ते चार दंड रुंदीचे असावेत. हत्तीच्या रानाला जाणारा रस्ता दोन दंड असावा. गाडीचा रस्ता पाच अरत्नी (मुंढा हात) गुरांचा रस्ता चार अरत्नी आणि शेळ्या मेंढ्या व माणसे जाण्याचा रस्ता दोन आरत्नी असावा. शहराच्या मध्यापासून उत्तर दिशेला नवख्या भागात बळकट अशा जागी व जेथे चारही वर्णाची वस्ती आहे अशा जागी राजवाडा बांधावा. तो उत्तराभिमुख किंवा पूर्वाभिमुख असावा. राजवाड्याच्या ईशान्येला आचार्य, पुरोहित, यज्ञगार व जलागार आणि मंत्र्यांची राहण्याची जागा असावी. आग्नेय दिशेला पाकशाळा असावी. पूर्वेच्या बाजूला गंध, माल्य, धान्य, रस याचे व्यापारी, प्रमुख कारागीर आणि क्षत्रिय यांची वस्ती असावी. त्याच्या दक्षिणेला खजिना, सराफकट्टा व कारखाने असावेत."

"नैऋत्य भागात वन्यवस्तु व आयुधे यांचे आगर असावे. वाड्याच्या दक्षिण दिशेला नगराध्यक्ष, धान्याध्यक्ष, व्यापाराध्यक्ष, कारखान्यांचा अध्यक्ष व सेनाध्यक्ष, तसेच पक्वान्ने, सुरा व मांस विकणारे, नट व वैश्य यांचा वास असावा. वाड्यात नैऋत्येला गाढवे व उंट यांचे गोठे व त्यांच्या कामाची जागा असावी. त्याच्या पलीकडे पश्चिमेला लोकरीची व कापसाची वस्त्रे करणारे, बुरुड, चामडे कमावणारे, चिलखते, शस्त्रे, म्याने यांचे कारागीर आणि शूद्र यांनी राहावे. नैऋत्येला दुकाने व औषधीशाळा असावी. ईशान्य भागात कोठार, गोशाळा, अश्वशाळा असावी. त्याच्या पलीकडे देवालये, लोहार, जवाहिर आणि ब्राह्मण यांचे स्थान असावे. मध्यंतरी जागा असेल तेथे स्थानिक व्यापारी व परदेशी व्यापारी यांचे संघाची जागा असावी. शहराच्या मध्यभागी अपसाविता (लक्ष्मी), अप्रतिहत (विष्णु), जयंत (कार्तिकस्वामी), वैजयंत (इंद्र), शिव, कुबेर, अश्विनीकुमार, मदिरा (चामुंडा) इत्यादी देवतांची देवळे असावी. त्या देवालयातून वास्तूदेवतांना त्यांच्या, त्यांच्या योग्य जागी स्थान द्यावे. दरवाज्यावर ब्रह्मा, इंद्र, यम व कार्तिकस्वामी यांची स्थापना करावी.

खंदकाच्या बाहेर चारशे हातांच्या पलीकडे चैत्य वृक्षाचे पार, मठ, तीर्थे, सेतू वगैरे करावेत. दहा दिशांना त्या त्या दिशेच्या देवतांची स्थापना करावी. गावाच्या उत्तरेला व पूर्वेला स्मशान असावे. दक्षिण दिशेला श्रेष्ठ वर्णांच्या लोकांचे स्मशान असावे. त्यावर कोणी अतिक्रमण केल्यास दंड करावा. पाखांडी व चांडाल यांच्या वस्ती स्मशानापलीकडे असावी. कामाच्या गरजेप्रमाणे किंवा जागेच्या सोयीप्रमाणे कुटुंबांना जागा आखून द्यावी. त्यामध्ये

अधिकाऱ्यांच्या परवानगीने त्यांनी फुलबाग, फळबाग, राई व मळे करावेत. धान्य व किराणा माल याची कोठार करावीत. दहा, दहा घरांच्या समूहाला एक विहिर असावी. तेल, तूप, मीठ, धान्य, सैंधवे, औषधे, वाळवलेल्या भाज्या, सातू, वाळविलेले मांस, गवत, लाकडे, धातू, कातडी, कोळसे, तात, विष, शिंगे, वेळू, वल्कलाला लागणाऱ्या झाली, इमारती लाकडे, हल्ला करावयाची हत्यारे, गोटे यांचा अनेक वर्षे पुरेल असा संग्रह करून ठेवावा. नवीन संग्रह हाती आला म्हणजे जुना काढून टाकावा. हत्ती, घोडे, रथ व पायदळ यांच्यावर अनेक अधिकारी नेमून त्यांची किल्ल्यात स्थापना करावी. अनेक अधिकारी नेमले म्हणजे एकमेकांच्या भयाने ते शत्रूला फितूर होत नाहीत. अशाच रीतीने सरहद्दीवरील दुर्गाची व्यवस्था ठेवावी." या मध्ये तत्कालीन समाजजीवनाचे उल्लेख महत्त्वाचे आहेत. त्याकाळातील सामाजिक उतरंड, वर्णव्यवस्था याचेही उल्लेख यात आले आहेत.

कौटिल्याच्या काळी वसाहतीचे बरेच स्थायीकरण झाले होते; त्यामुळे या कौटिलीय अर्थशास्त्रात झालेली गडकोटांची माहिती जरी बरीच तपशीलवार वाटली, तरी त्यात सर्व प्रकारच्या दुर्गांची माहिती नाही. फक्त राजधानीच्या कोटाचे विवेचन आले आहे आणि विशेषतः त्याच दुर्गातील व्यवस्थेबाबतचे अधिक विवरण आहे. कौटिल्य दुर्गांच्या प्रकारात दोहोची अधिक भर घालतो. या काळापर्यंत गडकोटाचे जे सहाच प्रकार मानले जात होते. त्यांचीच वर्गवारी मागे जशी चाराची सहात झाली तशीच ती आता आठात केली आहे. कौटिल्याने ही वर्गवारी औदक, पर्वत, धान्वन व वनदुर्ग या चार विशिष्ठ भौगोलिक प्रदेशानुरूप पोटविभागात केली आहे. औदकात अंतद्विप व स्थल, पर्वतात प्रांतर व गुहा, धान्वनात निरुदकस्तंभ व ईरण आणि वनदुर्गात दवजानोदक व स्तंबगहन असे आठ प्रकार सांगितले आहेत. मात्र सपाट प्रदेशात गिरिदुर्ग तुरळक असल्याने व परिस्थित्यनुसार शहर अगर नगर कोटावरच अधिक भर द्यावा लागल्याने इतर प्रकारच्या दुर्गांना तितके महत्त्व प्राप्त झाले नव्हते असे दिसते. सपाट प्रदेशात प्रवासाला आणि आक्रमणाला मार्ग सुकर व प्रदेश सुपीक असल्याने त्या काळी मनुष्यबलावरच म्हणजे नरदुर्गावरच विशेष जोर दिला असल्यास नवल नाही, कारण सैन्याच्या हालचाली व त्यांचा निर्वाद करण्याच्या सोयी सहजसाध्य होत्या. याबाबतीत महाराष्ट्राची परिस्थिती वेगळी होती; त्यामुळे सुरक्षितेसाठी डोंगरी गडकिल्ल्यास साहजिक सर्वदृष्टीने महत्त्व होते; परंतु कौटिल्याच्या काळी गडकिल्ल्यांना विशेष महत्त्व का नव्हते याचे दिग्दर्शन त्यांनी इतरत्र तत्कालीन निरनिराळे मतप्रवाद देऊन केले आहे. त्यावरून त्या काळची देशपरिस्थिती कशी होती हे अप्रत्यक्षपणे लक्षात येते.

'अभिलाषितार्थ चिंतामणी'तील वर्णनावरून बाराव्या शतकाच्या सुमारास गडकोटांच्या संरक्षणाविना सुखस्वास्थाची विवंचना वाटत होती असे दिसते. त्या काळी देशात कायम स्वरूपाच्या वसाहती करण्याकडे लोकांची ओढ होती आणि या वसाहतीतील सुखसोयींच्या सुरक्षिततेची जबाबदारी वाढत होती; त्यामुळे या काळात व नंतर भारतात गडकोट किल्ल्यांची बरीच वाढ झालेली दिसते. गड कोटांची वर्गवारीही त्या काळी विशेषतः वास्तूच्या

स्वरूपावरून अथवा बांधकामाच्या गुणधर्मावरून केली जात होती असे दिसते.

'अभिलाषितार्थ चिंतामणी'चा कर्ता **सोमेश्वरदेव यांनी गडकोटदुर्गाचे नऊ प्रकार सांगितले**

आहेत. ते असे:

१) निसर्गसिद्‌ध जलाने वेष्ठित तो जलदुर्ग

२) दुर्घट चढाच्या व पाण्याच्या सोईने समृद्‌ध अशा शिखरावरील गिरिदुर्ग

३) पाषाणात भक्कम बांधून काढलेला अश्मदुर्ग

४) विटाचुन्याने बांधलेला व खंदकाने वेष्ठित तो इष्टिकादुर्ग

५) चिखलमातीतच बांधून काढलेला तो मृत्तिकादुर्ग

६) दाट काटेरी झाडांच्या (निवडुंग किंवा करवंदी वगैरेसारख्या झाडांच्या) कुंपणाने संरक्षित तो वाध्र्य किंवा वनदुर्ग.

७) ओसाड व जलहीन प्रदेशात मध्येच पाण्याच्या आश्रयाने बांधलेला तो मरुदुर्ग.

८) वेळू किंवा लाकडाच्या कूड किंवा भिंती यांचा सभोवतार तट असलेला तो दारूदुर्ग.

९) शस्त्रास्त्रासहित शूर योध्द्यांनी रक्षण केला जात आहे तो नृ किंवा नरदुर्ग होय.

यातील गिरिदुर्ग व जलदुर्ग उत्तम, दारूदुर्ग व नरदुर्ग कनिष्ठ व इतर मध्यम असे मानले जात.

सारांश, गडकोटांच्या मुळातील चार प्रकारानंतरच्या बाराव्या शतकापर्यंतच्या काळात गडकोटांचे **नऊ प्रकार** प्रसिध्दीस आले होते.

बंगाल, ओरिसा व पंचनद्यांचा भाग सोडला, तर इतरत्र जलदुर्गाना उचित अशी फारशी जागा नव्हती. दक्षिणेत मोठमोठ्या तलाव-सागरातून लहान, लहान जागा बांधल्या जात; परंतु त्या फक्त संपत्ती वगैरेच्या रक्षणार्थ समुद्रात जलदुर्ग बांधून परदेशीय आक्रमणांना तोंड देण्याची पंधराव्या शतकापर्यंत तेवढी निकड नव्हती; त्यामुळे महाराष्ट्रात गिरिदुर्गाची संख्या मोठी होती. तशी ती सतराव्या शतकाच्या उत्तरार्धापर्यंत जलदुर्गांची नव्हती. लहान, लहान जलदुर्ग पोर्तुगीजांनी समुद्रकिनाऱ्यावरील काही खाड्यांतील व खाड्यांच्या तोंडावरील बंदरात बांधले होते. त्यातील एक दोन सोडले, तर बाकीचे अगदी लहान म्हणजे चौकीवजा होते. पोर्तुगीज व इंग्रज यांच्याशी संबंध जडल्यानंतर समुद्रातील जलदुर्गांची आवश्यकता भासली. काही चांगले व राजकीयदृष्ट्या सामर्थ्यवान जलदुर्ग सतराव्या शतकाच्या उत्तरार्धात व नंतर बांधले गेले. त्यापूर्वी महत्त्वाचे असे जलदुर्ग पूर्व-पश्चिम किनाऱ्यावर चारपाचच होते असे म्हटले तरी चालेल. सारांश, शिवकालापूर्वीची जलदुर्गांची वास्तू व नंतरची वास्तू यात बराच फरक आहे. पूर्वीच्या इतर जलदुर्गात राजकीय संरक्षणापेक्षा स्थानिक शत्रूपासून बचाव करण्याकडे अधिक भर असे.

महाराष्ट्राचा सर्व प्रदेश डोंगरी आणि त्यातूनही सह्याद्रीच्या रांगेत लहान लहान ओढे, नद्या, जंगले व त्या आधाराने निर्धास्त राहणारे हिंस्र पशू इत्यादिक इतके विपुल होते की, पावसाळ्यात कोणतेही परस्यसैन्य या प्रदेशात तंबू राहुट्या बांधून दिवस काढू शकत नव्हते;

त्यामुळे सर्व प्रदेशच सामान्यतः वर उल्लेखलेल्या वन अथवा धन्वन दुर्गापेक्षा अधिक सुरक्षित होता. तरीही स्थानिक पशू आदि शत्रूंपासूनआपली गावठाणे सुरक्षित राखण्यासाठी तात्पुरती किंवा काटेरी झाडांची कुंपणे घालीत.

महाराष्ट्रात गिरिदुर्गांची संख्या फार मोठी होती. महाराष्ट्रातील बऱ्याच गिरिदुर्गांना वनदुर्गाचेही स्वरूप प्राप्त झालेले होते. प्रथम ज्या लोकांनी विंध्याचलाच्या दक्षिणेकडील भागात तपोवने केली. त्यांनी डोंगरात पाण्याच्या सोयीच्या व सुरक्षित जागी कोरीव लेणी, गुहा, ओवऱ्या वगैरे काढून रहिवास केला. देश प्रांतप्रमुखानी नंतर उपयुक्त जागी डोंगरावरील नैसर्गिक तटबंदीचा फायदा घेऊन व पाण्याच्या पुरवठ्याप्रमाणे गडावर वास केला व नंतर डोंगरावर कृत्रिम तटबंदी बांधून त्यांचा आधार घेतला.

सारांश, बरेच गडकोट सतराव्या शतकाचे पूर्वीच बांधले गेले होते. त्यातील काही, डोंगराच्या आसपास व्यक्तीस योग्य अशी परिस्थिती निर्माण झाल्याने, ओसाड पडले होते व काही मोडकळीस आले होते. अभिलाषितार्थ चिंतामणीतील माहिती जशी महाराष्ट्राला पूर्णपणे धरून आहे तशीच वराहमिहिराच्या 'संहिते'तील पाणीशोधन वगैरे बाबतीत दिलेली माहिती दक्षिण हिंदुस्थानातील वस्तुस्थितीवरच आधारलेली आहे. त्यावरून असा कयास करण्यास हरकत नाही की, जे गडकोट पाण्याने सुसंपन्न व बांधकामाच्या दृष्टिने पूर्ण मजबूत आहेत. त्याची बांधणी इ. स.च्या पाचव्या शतकाच्या पूर्वीपासूनच होत आली आहे. जे काही किल्ले बहामनी अमदानीत किंवा त्यानंतरच्या मुसलमानी अमदानीत बांधले गेले त्याची शिल्प, 'इस्लामी संस्कृतीतून' इकडे घेतले असे नसून, स्थानिक कारागिरांचाच अनुभव व परंपरेच्या ज्ञानातून उत्पन्न झालेले आहे. मालकाच्या इच्छेनुरूप काही आकार व सोयी करण्यात इस्लामी थाट असला, तरी मुख्य बांधकामातील तपशील पूर्वपरंपरेचाच आहे. बांधकामास लागणारा मालमसाला, दगडाची घडाई वगैरे चारपाच पदस्य लोक आणून करून घेणे अशा अजस्र इमारतीच्या बाबतीत शक्य होते.

"शिवतत्त्वरत्नाकर" या ग्रंथाचा कर्ता **बसवराज यांनी किल्ल्यांचे आठ प्रकार** पाडलेले आहेत ते पुढीलप्रमाणे,

१. मृण्मयी (मातीचा किल्ला)

२. जलात्मिका (जंजिरा)

३. ग्रामकोट (गावचे कूस)

४. गव्हर (गुहा)

५. गिरिकोट (डोंगरी किल्ला)

६. भटवरा (नरदुर्ग)

७. वक्रभूमी

८. विषम

यासोबत १६ व्या शतकात "आकाशभैरवकल्प" या नावाचा एक ग्रंथ लिहिला गेला आहे.हा ग्रंथ एका कवीने लिहिला आहे. हा कवी विजयनगरच्या राज्याचा आश्रित होता.

त्याच्या नुसार पुढीलप्रमाणे किल्ल्याचे ८ प्रकार पडतात,

१. गिरिदुर्ग

२. वनदुर्ग

३. वारक्ष म्हणजेच गुहा किंवा निबिड अरण्यातील दुर्ग

४. जलदुर्ग (जंजिरा)

५. चिखल मातीत बांधलेला म्हणजे पंकदुर्ग

६. नाभीच्या आकाराचा वाळवंटातील किंवा ओसाड मैदानातील नाभी किंवा मिश्रदुर्ग

७. नरदुर्ग (योध्याचे वलय)

८. कोष्टदुर्ग (कोटांचा किल्ला)

शिवाजी महाराजांनी राज्याभिषेकानंतर रघुनाथपंत हणमंते यांच्याकडून 'राज्यव्यवहारकोश' नावाचा एक पारिभाषिक कोश तयार करून घेतला.त्यात २६ श्लोकांचे वनदुर्ग म्हणून एक स्वतंत्र प्रकरण आलेले आहे. त्यात किल्ल्यांचे मुख्य असे ३ प्रकार सांगितले आहेत ते असे,

१. गिरिदुर्ग किंवा डोंगरी किल्ला

२. भुईकोट किल्ला

३. द्वीपदुर्ग किंवा जंजिरा अथवा जलदुर्ग

विविध साधनात किल्ल्यांचे वेगवेगळे प्रकार दिले असले तरी वरील तीनच प्रकार महत्त्वाचे मानले गेले. मध्ययुगातील खासकरून महाराष्ट्रातील साधनात या तीन प्रकारच्याच किल्ल्यांचा उल्लेख ठळकपणे केलेला आढळतो. महाराष्ट्रात या तीन प्रकारच्याच किल्ल्यांचे मध्ययुगात अस्तित्व असलेले दिसून येते. त्यामुळे इथे या तीन प्रकारच्या किल्ल्यांचाच सविस्तर आढावा घेतला आहे.

<u>गिरिदुर्ग / डोंगरी किल्ला (Hill Fort)</u>

'अभिलाषितार्थचिंतामणी' या ग्रंथात उल्लेख केल्याप्रमाणे दुर्घट चढाच्या व पाण्याच्या सोयीने समृद्ध अशा शिखरावरील दुर्गाला गिरिदुर्ग असे म्हणतात.

'आकाशभैरवकल्प' या ग्रंथात डोंगरी किल्ल्याची व्याख्या ही चढ असलेल्या, शिखरावर रुंद पठार असलेल्या, जिवंत विपुल पाण्याची टाकी असून वरखाली तटाने परिवेष्ठीत असलेल्या डोंगरी किल्ल्याला गिरिदुर्ग म्हणले आहे.

मनुस्मृती, शुक्रनीती व कौटिल्याचे अर्थशास्त्र या प्राचीन ग्रंथातून गिरिदुर्ग हा इतर सर्व दुर्ग प्रकारांपेक्षा श्रेष्ठ मानला जातो.मनू म्हणतो, " सर्व प्रकारच्या दुर्गांमध्ये गिरिदुर्ग हाच श्रेष्ठ होय.म्हणून अनेक प्रयत्नांनी राजाने त्याचा आश्रय करावा." प्राचीन राजनीतीतज्ञ शुक्राचार्य म्हणतात, "किल्ल्यांच्या आश्रयाने एक सशस्त्र माणूस शंभर योद्ध्यांशी लढू शकतो व शंभर योद्धे दहा हजार माणसांशी लढू शकतात.यास्तव राजाने किल्ल्याचा आश्रय घ्यावा."

कौटिल्य म्हणतो "सर्व प्रकारच्या गडदुर्गात भुईकोट किल्ल्यापेक्षा पाणकोट किल्ला चांगला व पाणकोट किल्ल्यापेक्षा डोंगरी किल्ला चांगला."

तिकोना किल्ला

शिवकाळात डोंगरी किल्ल्याचा प्रकार विशेष प्रसिद्धीस आला होता. मध्ययुगातील किल्ल्यांची बांधणी,रचना व सिद्धता ही प्राचीन काळाच्या किल्ल्यांहून वेगळ्या स्वरूपाची होती.याचे मुख्य कारण म्हणजे युद्धशास्त्रात झालेला बदल हा होय. किल्ल्यांचे संरक्षण म्हणजे राज्याचे संरक्षण अशी परिस्थिती असल्यामुळे किल्ल्यांचा बंदोबस्त चांगल्या प्रकारे ठेवणे हे गरजेचे होते. म्हणून भक्कम तट, चिलखती बुरुज, तोफा व बंदुका यांचा मारा करण्यासाठी सोयीची जागा इ. नवीन प्रकार किल्ल्यांच्या बांधणीत आणावे लागले. सह्याद्री पर्वताची रांग महाराष्ट्रातून उत्तर-दक्षिण अशी जाते. तिच्या उंचच उंच शिखरांवर किल्ले बांधणे अगदी सोयीचे होते.

भुईकोट (Ground Fort)

'राज्यव्यवहारकोष' मध्ये महाराज भुईकोटास प्राकार असे म्हणतात. 'आकाशभैरवकल्प' या ग्रंथात भुईकोट किल्ल्याचे वर्णन पुढीलप्रमाणे आहे. जे पूर किंवा शहर मोठ्या तटांनी परिवेष्टित आहे व खंदकांनी सभोवार रक्षिले आहे. नाना तऱ्हेच्या उपयुक्त वस्तूंचा आणि गवत, धान्य, जल, वित्त वैगैरेंचा भरपूर साठा आहे आणि अनेक शस्त्रांनी सज्ज असलेले संरक्षित असे नगर त्याला कोष्टदुर्ग म्हणजेच कोट किंवा भुईकोट म्हणतात.

अहमदनगरचा भुईकोट

महाराष्ट्रात भुईकोट किल्ल्यांचे प्रमाण कमी आहे परंतु जसे जसे उत्तरेला जाऊ म्हणजेच मुसलमान रियासतिच्या जागांवर मोठ्या प्रमाणात हे कोट आढळतात. महाराष्ट्रात परांडा, अहमदनगर, बेळगाव, मंगळवेढा, मिरज, सोलापूर इ भुईकोट किल्ले आहेत आणि हे सर्व मुसलमान रियासतीने बांधलेले आहेत.

<u>जलदुर्ग (Marine Fort)</u>

नदीच्या पात्रात किंवा न आटणाऱ्या जलसमुद्रात किंवा पाणी कधीच आटत नाही अशा जलस्रोतात एक बेट बनवून तेथे जो किल्ला बांधला जातो त्याला जलदुर्ग म्हणून संबोधिले जाते.इंग्रज, फ्रेंच, डच व सिद्दी या समुद्रावरील सत्तानी मराठ्यांच्या राजकारणात हस्तक्षेप करण्याचा प्रारंभ केल्यामुळे जंजिऱ्याची वाढ कोकणपट्टीत झाली.

अर्नाळा किल्ला

यात सिद्दीने राज्य केलेला मुरुड येथील जंजिरा म्हणजेच जंजिरा किल्ला प्रसिद्ध आहे. स्वराज्याचे नौदल निर्माण होत होते तेव्हा राज्यांच्या मनात एका कुरट्या बेटावर जलदुर्ग बांधायला घेतला. सिंधुदुर्ग, अर्नाळा, विजयदुर्ग, सुवर्णदुर्ग, अलिबाग, खांदेरी, उंदेरी,पद्मदुर्ग येथील जलदुर्ग हे मराठ्यांनी बांधले तर जंजिरा हा पाणकिल्ला हबशाने बांधला.

मुरुड - जंजिरा

या प्रकारे किल्ल्यांचे हे तीन प्रमुख प्रकार महाराष्ट्रात आढळतात. जलदुर्ग या प्रकारातील किल्ले मराठवाड्यात नाहीत. त्यामुळे मराठवाड्याचा विचार करता, या प्रदेशात डोंगरी किल्ले व भुईकोट या दोनच प्रकारातील किल्ले आढळतात. याशिवाय सरदारांच्या गढ्या मोठ्या प्रमाणात आढळतात. गढी म्हणजे लहान भुईकोटच!

२.३.२ किल्यांचे महत्त्व

प्राचीन काळापासून किल्ला बांधणी होत होती. राज्यकर्त्यांमध्ये राज्यासाठी स्पर्धा जशी वाढली तशी स्वसंरक्षण करण्यासाठी सुरक्षित अशा भक्कम किल्ल्यांची गरज वाढली. आसपासच्या प्रदेशावर लक्ष ठेवण्यासाठी तसेच व्यापारी मार्गांचे रक्षण करण्साठी किल्ल्यांची गरज होती. त्यामुळे जेवढे किल्ले ताब्यात तेवढा प्रदेश ताब्यात असे गणित

मध्ययुगात अस्तित्वात आले होते. त्यामुळे सर्वच राज्यकर्त्यांना किल्ल्याचे महत्त्व जाणवत होते. मुघल बादशाह अकबराने याद्दष्टीने आग्र्याचा किल्ला तसेच फतेपूर सिक्रीचा व अन्य अनेक किल्ले बांधले. शिवाजी महाराजांनी दूरद्दष्टीने अनेक किल्ले बांधले, ताब्यात घेतले. मध्ययुगात किल्ल्यांना अतोनात महत्त्व आले होते हेच या घटनांमधून अधोरेखित होते.

मेजर ग्रॅहम त्यांच्या कोल्हापूरवरील अहवालात मराठ्यांच्या राजकारणातील किल्ल्यांचे स्थान अगदी योग्य ओळखले आहे, ते म्हणतात - "प्रत्येक डोंगरावरील किल्ला येथील लोकांना म्हणत असावा की शासकाच्या सहाय्यावर अवलंबून राहण्याऐवजी स्वावलंबी व्हा, तसेच तो प्रत्येक लहान मोठ्या सरदारांच्या मनात स्वातंत्र्याची भावना निर्माण करतो, जो महाराष्ट्राच्या दक्षिणेतील रहिवाशांचा एक विशिष्ट गुण आहे."

सर जदुनाथ सरकार यांनीही असेच मत व्यक्त केले आहे. त्यांच्या ***शिवाजी अँड हिज टाईम्स*** या ग्रंथात ते म्हणतात- "मराठ्यांमध्ये स्वातंत्र्य व विलगतेबद्दल जे जन्मजात प्रेम आहे त्याला निसर्गानेही मोठी मदद केली आहे. निसर्गाने त्यांना त्यांच्या जवळपास तयार व रक्षणक्षम दुर्ग प्रदान केले आहेत जिथे बचावासाठी ते लवकरात लवकर जाऊ शकतात व तेथून ते द्दढतेने लढू शकतात. गंगेच्या मैदानी प्रदेशाप्रमाणे या भागाला एका मोठ्या हल्ल्यात अथवा वर्षभराच्या लष्करी मोहिमेद्वारे जिंकून घेणे शक्य नव्हते. आपल्यापेक्षा अधिक शक्तिशाली शत्रूशी दीर्घकालीन लढा देणे, आणि जे अनेकदा झाले तसे, शत्रू लढून लढून थकल्यानंतर आपला प्रदेश पुन्हा प्राप्त करणे इथल्या रहिवाशांना शक्य होते."

अ. किल्ला ते राज्य

मध्ययुगातकिल्ल्यांशिवाय राज्याची कल्पना शक्य नव्हती. त्यामुळेच हुकुमतपन्हा अमात्य रामचंद्र बाववडेकर आपल्या आज्ञापत्रात शिवाजी महाराजांच्या स्वराज्य-निर्मितीच्या कार्यातील गड - दुर्गाचे महत्त्व सांगताना नमूद करतात की, "संपूर्ण राज्याचे सार ते दुर्ग. दुर्ग नसता मोकळा देश परचक्र येताच निराश्रय, प्रजाभग्न होऊन उद्ध्वस्त होतो. देश उद्ध्वस्त झाल्यावरी राज्य असे कोणास म्हणावे? याकरिता पूर्वी जे जे राजे झाले त्यांनी आधी देशामध्ये दुर्ग बांधून तो तो देश शाश्वत करून घेतला आणि आले परचक्रसंकट दुर्गाश्रची परिहार केले. हे राज्य तर तीर्थस्वरूप थोरले कैलासवासी स्वामी (शिवाजी महाराज) यांनी गडावरूनच निर्माण केले. जो जो देश स्वशासन न होय त्या त्या देशी स्थलविशेष पाहून गड बांधिले. तसेच जलदुर्ग बांधिले: त्यावरून आक्रमण करीत करीत झालेली अरिकंतापासून कावेरीतीरापर्यंत निष्कंटक राज्य संपविले. औरंगजेबासारखा महाशत्रू चालून येऊन विजापूर, भागानगर (गोवळकोंडा) सारखी महासंस्थाने आक्रमिली, संपूर्ण तीस बत्तीस वर्षेपर्यंत या राज्यांशी आणि (अतिशय) श्रम केला, त्याचे यत्नास असाध्य काय होते? परंतु राज्यात किल्ले होते म्हणून अविशिष्ट तरी राज्य राहिले. पुढे पूर्णवत करावयास अवकाश जाहला.

ज्यापेक्षा राज्य संरक्षण करणे आहे, त्यापेक्षा अधिकोत्तर साधनी स्वतः गड किल्ल्यांची उपेक्षा न करिता, परम सावधपणे असतील त्या गडकिल्ल्यांची यथायोग्य मजबुदी करावी. नूतन देश साधणे त्या देशात जी स्थळे असतील ती महतप्रयत्ने हस्तब (हस्तगत) करावी. ज्या देशात गडकोट नसतील त्या देशात आपले राज्याचे सरदे (सरहद्दी) पासून पुढे जबरदस्तीने नूतन स्थळे बांधीत बांधीत तो देश आक्रमावा. त्या स्थळांचे आश्रयी सेना ठेवून पुढील देश स्वशासन करावा. असे करीत करीत राज्य वाढवावे. गडकोटाचा आश्रय नसता फौजेच्याने परमुलखी टिकाव धरून राहवत नाही. फौजेविरहीत परमुलखी प्रवेश होणेच नाही. इतक्याचे कारण ते गडकोट विरहित जे राज्य त्या राज्याची स्थिती म्हणजे अभ्रपटल न्याय आहे. याकरिता ज्यास राज्य जे राज्य त्या राज्याची स्थिती म्हणजे अभ्रपटल न्याय आहे. याकरिता ज्यास राज्य पाहिजे त्यांनी गडकोट हेच राज्य, गडकोट म्हणजे राज्यलक्ष्मी, गडकोट म्हणजे खजिना, गडकोट म्हणजे सैन्याचे बल, गडकोट म्हणजे सुखनिद्रागार किंबहुना गडकोट म्हणजे आपले प्राणसंरक्षण असे पूर्ण चित्तात आणून कोणाचे भरवशावर न राहता आहे त्याचे संरक्षण करणे व नूतन बांधण्याचा हव्यास स्वतःच करावा. कोणाचा विश्वास मानू नये."

राजगड

किल्ले मिळवूनच शिवाजी महाराजांनी राज्य निर्माण केले व किल्ले होते म्हणूनच मराठ्यांना मुघल आक्रमणाविरुद्ध राज्य राखता आले. मेजर ग्रॅहम म्हणतो त्या प्रमाणे इथल्या गड किल्ल्यांनी मराठ्यांना स्वातंत्र्यासाठी लढण्याची प्रेरणा दिली. या अर्थाने "राज्याचे सार ते दुर्ग" या अमात्यांच्या शब्दात किल्ल्यांचे महत्त्व स्पष्ट आहे.

ब. स्वसंरक्षण

राज्याच्या रक्षणासाठी किल्ल्यांचे महत्त्व खूप होते. शत्रूचे हल्ले होत असताना किल्ल्याच्या आधारेच प्रतिकार शक्य होता. शिवकाळामध्ये संरक्षणाचा तसेच आक्रमणाचा विचार करता अशा दोन्ही बाबतीमध्ये यास विशेष महत्त्व होते. ज्या, ज्या वेळेस आक्रमण होत असत त्या, त्या वेळेस बरोबर असलेले सैन्य, साहित्य तसेच आक्रमणाचा मार्ग याचा विचार अगोदरच करीत असत. लढा जर दीर्घ काळ चालणार असेल तर वाटेवर असणारे आपल्या शत्रूचे किल्ले न घेता तसेच पुढे गेल्यास सैन्याचा पुरवठ्याचा मार्ग धोक्यात येण्याची दाट शक्यता असे. तेव्हा पुढे आक्रमण करण्याचे अगोदर सैन्याला ते किल्ले युद्ध शास्त्राचा विचार करुन वेढा घालून घ्यावे लागतील अथवा त्या किल्ल्यातील सैनिक पळू नयेत याकरता सैनिकांच्या तुकड्यांची व्यवस्था करावी लागेल. प्रत्यक्ष आक्रमणाचेवेळी सैन्य, त्याची रचना, मार्ग, शिबंदी आदीचा विचार महत्त्वाचा ठरे. यामध्ये काही गफलत झाली तर सैन्याचे नुकसान होण्याचीच जास्त भिती असे. शत्रूचे आक्रमण रोखून धरणे अथवा त्याची गती मंद करणे हा खरे तर संरक्षणाच्या बाबतीत किल्ल्यांचा मुख्य हेतू असतो. मोठ्या शहराभोवती तटबंदी तसेच किल्ला बांधण्याचा विचार प्रामुख्याने केला जात असे. खजिना तसेच रसद या गोष्टीकडे विशेष लक्ष देण्यात येत असे. शत्रूची फौज अधिक जवळ आल्यास महत्त्वाच्या लोकांकरिताअशा प्रकारची जागा उपयोगी पडत असे.

काही किल्ले जवळच्या दुसऱ्या किल्ल्यास शत्रूने वेढा घातला तर त्याच्यावर बाहेरुन हल्ला करणाऱ्या आपल्या तुकड्यांना तळ म्हणून उपयोगी पडावेत अशा हेतूने बांधले गेले असावेत. एखाद्या अति महत्त्वाच्या डोंगरी किल्ल्याजवळचे भागावर तोफा चढवता येण्यासारखी उपयुक्त जागा असली तर त्या ठिकाणी शत्रूस तोफा चढवून किल्ल्यावर मारा करता येऊ नये म्हणून त्या जागेवर तटबंदीची रचना करुन किल्ल्याची बांधणी करत असत. काही डोंगरी किल्ले अथवा गढी लहान आहेत अशा वेळेस त्या ठिकाणी शिबंदीचे प्रमाण अल्प असणार तरीपण शत्रूच्या पुरवठा मार्गांना धोका उत्पन्न करण्याकरता त्याचा उपयोग होत असेल, तर त्याचे प्रमाण कमीच असणार परंतु त्या ठिकाणच्या धान्य कोठारास अथवा खजिन्यास तसेच त्या ठिकाणी असलेल्या मातब्बराना स्थानिक बंडखोरांच्या अचानक घातलेल्या छाप्यातून संरक्षण मिळावे याकरता त्या ठिकाणी तटबंदी केली गेली असावी. ज्यावेळेस परराज्यावर आक्रमण करायचे असेल त्यावेळेस सरहद्दीजवळील स्वतःचे किल्ले स्वतःच्या तुकडीकरता दारु गोळ्याची सुरक्षित कोठारे म्हणून माघार घेण्याचा प्रसंग उद्भवला तर आश्रयस्थान या करिता उपयोग होत असे. किल्ल्याची बांधणी मोठ्या किल्ल्यांचे (मैदानातील) तट साधारण १० ते २५ मीटर उंच व ५ ते १५ मीटर रुंद असत.

अशा प्रकारे रुंद तटाची बांधणी करताना आतील बाहेरील बाजूस भिंती प्रथम बांधून घेत व मधील पोकळी डबराने दाबून भरुन मग त्यावर गिलावा करत. किल्ल्यामधील असलेल्या सैनिकांना तटावरुन गोळीबार करण्याकरता आडोसा मिळावा या हेतूने तटाच्या माथ्यावर बाहेरील बाजूला कठडा बांधीत असत तसेच गोळीबार करण्याकरता मधून फटी ठेवीत असत या फटींना जंग्या अथवा बाऱ्या म्हणत असत.

शिवाजी महाराजांनी महाराष्ट्रातील विपुल गिरिदुर्गांचा वापर अंतर्गत व्यवस्था ठेवण्याकडे केला. सर्व गडकोट आपल्या खास नियंत्रणाखाली घेऊन त्यावर हवाले नेमून त्याकडे सरकारी महसूल धान्यातच करणे असल्याने ती साठवून ठेवणे, सैन्यभरती व त्यासाठी जो मुशाहिरा द्यावयाचा तो त्यातून देणे, शस्त्रास्त्रांचा साठा करुन तो पुरवणे व परत संग्रहित करणे वगैरे काम गडाभोवताली प्रदेशापुरते त्या त्या हवाल्याकडे दिले गेले. त्यामुळे ठिकठिकाणी सैन्य जमविणे व तेथून जवळपास तातडीने रवाना करणे फार सोईचे पडे. मुख्य सेना सोई व जरुरीप्रमाणे निरनिराळ्या भागात तळ देऊन राहत असे व तिची सरबराई या गडकोटातील कोठारामधून होत असे. त्यामुळे जरुर ती उपरी मदत चटकन मिळत असल्याने त्या सैन्याचा जसा स्थानिक देशमुखादि लोकांवर वचक असे तसाच तो परकीय सैन्यालाही बसे. विशेषत: धान्याचा साठा ठिकठिकाणी होऊन तो शीघ्रगतीने जरुर तेथे उपयोगास देणे सोपे जाई आणि दोन तीन वर्षे पुरणारा साठा त्या दुर्घट गडांवर पूर्णपणे सुरक्षितही राही.

रायगड

तसेच शत्रूच्या सैन्याला पिछाडीवरुन सतावण्यास व शत्रूची रसद लुटण्यास या किल्ल्यांचा चांगला उपयोग करुन घेता आला. सारांश, या लहान, लहान गिरिदुर्गांचा जरी शहर कोट म्हणून उपयोग्य होणे कठीण होते तरी आसपासची धान्याची संपत्ती सुरक्षित ठेवण्याची चांगली सोय होत होती. गडकरी किंवा आसपासचे गडांवर काम करणारे लोक जरुर तेव्हा गडावर चढून तो रक्षण करण्याचे काम करीत व इतर वेळी गडाच्या पायथ्यास छोट्या छोट्या जमावाने राहून आपली शेती करुन कालक्रमणा करीत. मावळ कोकणातील गडांची विपुलता आणखी एका दृष्टीने फार महत्त्वाची ठरली. गडांपासून दूरवर टेहळणी करणे व परचक्राचा दुरवरून थोड्याच अवधीत इशारा देणे शक्य होत होते. बहुतेक सर्व गड रांगे रांगेने एकमेकांपासून पाच दहा मैलांच्या आतच असल्याने ही टेहळणी बिनचूक राखता येत असे आणि धोका दिसताच सावध होऊन. प्रतिकाराचीच तयारी नव्हे तर आसपासच्या लोकांनाही इशारा देऊन तयारीत राखीत. बारीक सारीक कोटांचा चौकी पहाऱ्याकरता उपयोग केला जात असे. शिवकालातील अनेक घटना, त्यावेळची परिस्थिती व सेनापती यावर प्रकाश पडण्यास मदत होत

क. व्यापारी मार्ग ताब्यात ठेवणे

एखादा किल्ला ताब्यात आला म्हणजे आजूबाजूचा मोठा प्रदेश नियंत्रणाखाली येत असे. त्या प्रदेशातून जर व्यापारी मार्ग जात असेल तर त्यांच्यावर निगराणी ठेवण्यासाठी किल्ल्यांचा मोठा उपयोग होई. किल्ल्यावर सैन्य असे. हे सैन्य व्यापारी मार्गावर गस्त घालून पुन्हा किल्ल्यावर परत येऊ शके. या अर्थाने किल्ला अतिशय उपयोगी पडे. शिवनेरी किल्ला असो किंवा साल्हेर असो याच्या आसपास व्यापाराचे रस्ते व मालाची वाहतूक होत असल्याने त्यांचे संरक्षण करणे हे राजाचे काम असे. त्यासाठी व्यापारी राजाला कर देत असत. त्यामुळे व्यापारी मार्गाची सुरक्षा हा राज्याच्या कर उत्पन्नासाठी कळीचा मुद्दा होता. तसेच प्रवाशांच्या सुरक्षेची जबाबदारी राज्याची होती. त्या काळात लुटमार, वाटमारी मोठ्या प्रमाणात होत असे. एखाद्या यात्रेला गेलेली व्यक्ती परत येईल याची शाश्वती नसे. त्यामुळे सुव्यवस्था राखण्यासाठी किल्ल्यांचे अस्तित्व महत्त्वाचे होते. किल्ला म्हणजे त्याकाळातील "पॉवर हॉउस"च! किल्ला ताब्यात असल्याने सामान्य शिपायांनाही आत्मविश्वास असे. शिवाजी महाराजांनी जेव्हा पुरंदरच्या तहात अनेक किल्ले मुघलांना दिले होते तेव्हा मराठ्यांच्या आत्मविश्वासाला मोठा धक्का लागला होता. परंतु लवकरच हे किल्ले पुन्हा ताब्यात घेऊन शिवाजी महाराजांनी मराठ्यांना पुन्हा उभारी दिली.

व्यापारी मार्गाच्या, पाण्यावरील व्यापारी मार्गाच्या सुरक्षिततेसाठी शिवाजी महाराजांनी जलदुर्ग किंवा सागरी किल्ले ताब्यात घेतले आणि नव्याने बांधूनही घेतले. तत्कालीन अनेक प्रादेशिक सत्तांनी या सुरक्षेकडे दुर्लक्ष केल्याने आधी पोर्तुगीज व नंतर फ्रेंच तसेच इंग्रजांना सुरूवातीला किनाऱ्यावर व पुढे किनारी सामर्थ्याच्या बळावर पुढे देशांतर्गत भागात व्यापार व सत्ता ताब्यात घेता आली. इंग्रजानींही सुरूवातीला किल्ले बांधून सत्ता ताब्यात ठेवण्याचा

प्रयत्न केला. तत्कालीन मद्रास येथील फोर्ट सेंट जॉर्ज हा किल्ला प्रसिद्ध आहे.

सेंट जॉर्ज किल्ला, चेन्नई

तात्पर्य हे की, आपल्या व्यापाराच्या सुरक्षेसाठी हजारो मैल दूर येऊन इंग्रजांनी भारतातल्या पश्चिम किनाऱ्यावर किल्ला बांधला. परंतु इथल्या सत्ताधीशांनी मात्र व्यापाराच्या सुरक्षेकडे दुर्लक्ष केले. शिवाजी महाराजांनी हा धोका ओळखला व सिंधुदुर्ग सारखा किल्ला बांधला. परंतु अन्य राजांनी दुर्लक्ष केल्याने आधी व्यापार व नंतर सत्ता इंग्रजांच्या ताब्यात गेली. योग्य ठिकाणी किल्ला बांधण्याचे महत्त्व यातून आपण लक्षात घेऊ शकतो.

२.४ सारांश:

कालानुरूप किल्ल्यांच्या प्रकारात व वापरात बदल होत गेले. अर्थात हे बदल त्या त्या परिस्थितीला अनुसरून झालेले होते. त्यामुळे वेगवेगळ्या काळात व गरजेनुसार किल्ल्यांच्या प्रकारात बदल होत गेले. प्राचीन काळात सहा किंवा नऊ प्रकार अस्तित्वात होते. नंतर मध्ययुगात मात्र यापैकी तीन किंवा चार प्रकार उपयोगात राहिले. महाराष्ट्रात याच तीन प्रकारातील किल्ले आढळतात. किल्याचे महत्त्व सुद्धा काळानुरूप बदलत गेले. व्यापारी मार्गाची सुरक्षा तसेच सभोवतालच्या परिसराची सुरक्षा, राज्याचा बचाव या सारख्या बाबी साठी किल्ल्यांना मध्ययुगात अतिशय महत्त्व होते. रामचंद्रपंत अमात्य यांनी 'राज्याचे सार ते दुर्ग' अशा शब्दात किल्ल्यांचे महत्त्व नमूद केले आहे.

२.५ स्वयं अध्ययन प्रश्न:

प्रश्न: पुढील प्रश्नांची थोडक्यात उत्तरे लिहा.

१. किल्ल्यांचे प्राचीन काळातील प्रकार स्पष्ट करा.

२. किल्ल्यांचे महत्त्व विषद करा.

३. डोंगरी किल्ले म्हणजे काय?

४. जलदुर्ग कशास म्हणतात?

५. भुईकोट म्हणजे काय?

२.६ अधिक वाचनासाठी पुस्तके

१. फोर्टस ऑफ महाराष्ट्र -

२. साद मराठवाड्यातील किल्ल्यांची - पांडुरंग पाटणकर

३. दुर्ग दर्शन -गो. नी. दांडेकर

४. दुर्गविधानम - मिलिंद पराडकर

५. महाराष्ट्रातील गड, कोट, दुर्ग प्रयोजन आणि व्यवस्थापन - श्रीकांत तापीकर (अप्रकाशित प्रबंध)

६. http://trekshitiz.com

3

मराठवाड्यातील किल्ले - डोंगरी किल्ले

अनुक्रमणिका

३.१ उद्दिष्टे

या घटकाचा अभ्यास केल्यानंतर आपल्याला,

- मराठवाड्यातील डोंगरी किल्ले कोणते आहेत ते समजेल
- मराठवाड्यातील किल्ल्यांची जिल्हानिहाय माहिती होईल

३.२ प्रास्ताविक

मराठवाड्यात प्रामुख्याने डोंगरी व भुईकोट प्रकारचे किल्ले आहेत. मराठवाडा प्रदेश मध्ययुगात यादवांच्या ताब्यात होता. नंतर दिल्ली सुलतानाने हा प्रदेश ताब्यात घेतला व आपला अंमल बसवला. दिल्ली सल्तनत खिळखिळी झाल्यावर सुलतानाचे कारभारी बहामनी सत्तेवर आला. बहामनी शाहया विभक्त होऊन पाच राज्ये अस्तित्वात आली त्यात मराठवाड्यात निजामशाही व कुतुबशाहीचा काही भाग होता. निजामशाहीच्या पाडावानंतर हा प्रदेश मुघलांच्या अखत्यारीत होता. मराठ्यांनी जसे डोंगरी किल्ल्यांना महत्त्व दिले तितके महत्त्व अन्य सत्तांनी डोंगरी किल्ल्यांना दिले नाही. मराठवाड्यातील भौगोलिक प्रदेश डोंगरी किल्ल्यांना फारसा अनुकूल नाही. छ. संभाजीनगर जिल्ह्यातील अजिंठा डोंगररांग व बीड जिल्ह्यातील बालाघाट रांग सोडल्यास सह्याद्री सारखी डोंगररांग या प्रदेशात नाही. असे असले तरी डोंगरी किल्ले व भुईकोट तितक्याच संख्येने आढळतात.

३.३ विषय विवेचन:

३.३.१ मराठवाड्यातील डोंगरी किल्ले

मराठवाड्याच्या भौगोलिक पार्श्वभूमीमुळे मराठवाड्यातील सातमाळा - अजिंठा डोंगररांग ही मराठवाड्याच्या उत्तरेकडे पश्चिम-पूर्व पसरली आहे. प्रामुख्याने ही डोंगररांग छत्रपती संभाजीनगर जिल्ह्यात उत्तरेकडे स्थित आहे. त्यामुळे मराठवाड्यातील डोंगरी किल्ले या डोंगररांगेत विशेषत्वाने आढळतात. मराठवाड्यात एकूण प्रमुख २५ किल्ले असून त्यातील ११ हे डोंगरी किल्ले आहे तर १४ किल्ले भुईकोट आहेत. या ११ डोंगरी किल्यांपैकी ०८ डोंगरी किल्ले एकट्या छत्रपती संभाजीनगर जिल्ह्यात आढळतात हे वरील भौगोलिक पार्श्वभूमीमुळे! मराठवाड्यातील बाकीच्या ०७ जिल्ह्यात मिळून फक्त तीन डोंगरी किल्ले आहेत. बीड, धाराशीव (उस्मानाबाद), लातूर व नांदेड या मराठवाड्यातील चार जिल्ह्यात एकही डोंगरी किल्ला स्थित नाही.

मराठवाड्यात जे डोंगरी किल्ले आहेत ते पुढील प्रमाणे -

१. वेताळवाडी २. वैशागड ३. अंतुर ४. पेडका ५. सुतोंडा ६. लहुगड ७. देवगिरी (दौलताबाद) ८. भांगशी [सर्व किल्ले जि. छ. संभाजीनगर, (औरंगाबाद)] ९. रोहीलगड (जि. जालना) १०. जिंतूर (जि. परभणी) ११. माहूर (जि. नांदेड)

मराठवाड्यातील डोंगररांगांची सरासरी उंची ही सह्याद्रीच्या सरासरी उंचीपेक्षा कमी आहे. तसेच मराठवाड्यातील पर्जन्यमान हे पश्चिम महाराष्ट्र, कोकण व विदर्भापेक्षा कमी आहे. यामुळे या प्रदेशातील किल्ले सह्याद्रीतील किल्ल्यांच्या तुलनेत तितके दुर्गम नाहीत.

पर्जन्यमान कमी असल्याने पावसाळ्यातही या किल्ल्यांवर वस्ती शक्य होती.

३.३.२ छत्रपती संभाजीनगर (औरंगाबाद) जिल्ह्यातील डोंगरी किल्ले

मराठवाड्याच्या विशिष्ट भौगोलिक रचनेमुळे म्हणजेच सातमाळा - अजिंठा डोंगररांगेच्या पश्चिम - पूर्वोत्तर विस्तारामुळे व ही डोंगररांग मराठवाड्याच्या आणि छ. संभाजीनगर (औरंगाबाद) जिल्ह्याच्या उत्तरेला पश्चिम-पूर्व स्थित असल्याने तसेच ही डोंगररांग तुटक-तुटक असल्याने याचा परिणाम या जिल्ह्यातील किल्ल्यांच्या वितरणावर झालेला दिसतो. या जिल्ह्यातील किल्ले हे विलग पडलेले दिसतात. असे असले तरी याच डोंगररांगेमुळे मराठवाड्यातील सर्वात जास्त डोंगरी किल्ले छ. संभाजीनगर या जिल्ह्यात आहेत. मराठवाड्यातील एकूण ११ डोंगरी किल्ल्यांपैकी सर्वात जास्त म्हणजे ०८ डोंगरी किल्ले एकट्या छ. संभाजीनगर या जिल्ह्यात आढळतात. या जिल्ह्यातील किल्ल्यांची माहिती खालील प्रमाणे-

अ. वेताळवाडी

सोयगाव तालुक्यातील हळदा गावापासून अवघ्या ३ किलोमीटरवर असलेला 'वेताळवाडी किल्ला'. या किल्ल्याला स्थानिक लोक वसईचा किल्ला किंवा वाडी किल्ला सुद्धा म्हणतात. काही इतिहास संशोधकांनुसार सहाव्या शतकात गुप्त घराण्याचा राजा विक्रमादित्यने हा किल्ला बांधल्याचा इतिहास आहे. तर पुरातत्व खात्याच्या नोंदीनुसार हा किल्ला बाराव्या शतकात उभारला गेला. वेताळवाडी किल्ला चालुक्य किंवा यादवकालीन असेल असेही म्हटले जाते. परंतु शिलालेख, नाणी यांसारख्या अशी पुरातत्वीय साधने उपलब्ध नाहीत. पंधराव्या शतकानंतर औरंगाबाद व लगतच्या प्रदेशावर राज्य केलेले अहमदनगरचे निज़ाम, नंतर मुघल आणि त्यानंतर हैदराबादच्या निज़ाम राज्यकर्त्यांकडे ह्या किल्ल्याचा ताबा असेल असा फक्त अंदाज बांधला जाऊ शकतो. पुराव्यांअभावी या किल्ल्याची निर्मिती कुणी आणि कधी केली ह्याबाबत अजूनही संभ्रम आहे.

वेताळवाडी किल्ला

सोयगाव आणि सिल्लोड तालुक्याच्या सीमेवर उभा असलेला हा किल्ला वेताळवाडीकडून हळदा गावाकडे घाट रस्त्याने जाताना डावीकडे आहे. घाटरस्त्याच्या बाजूला गेलं की किल्ल्यावर जाणारी एक पायवाट आहे. अजिंठा डोंगररांगेतील सर्वात उंच ठिकाणावर असलेल्या या किल्ल्याला जंजाळा किल्ल्याच्या दिशेने तोंड असणारा उत्तरमुखी 'जंजाळा दरवाजा' हा मुख्य दरवाजा आहे. याव्यतिरिक्त पायथ्याच्या वेताळवाडी गावाच्या दिशेने असणारा 'वाडी दरवाजा' देखील आहे. असे जवळपास २० फुट उंचीचे दोन भव्य दरवाजे वेताळवाडी किल्ल्याला आहेत. या दरवाज्यांच्या खांबावर शिल्प कोरलेली आहेत. प्रवेशद्वाराच्या आतील बाजूस पहरेकऱ्यांसाठी देवड्या आहेत. मुख्य दरवाज्यातून आत गेल्यावर किल्ल्यात एक घुमटाकार इमारत आहे.

वेताळवाडी किल्ल्यावरील कमानी (फोटो - जयश्री पाटील - साभार)

याव्यतिरिक्त किल्ल्याची भव्य तटबंदी, बूरुज, धान्यसाठ्याच्या खोल्या, घोडपाग, तेला-तुपाचे टाके, नामजगीर मशीद, भग्न राजवाडा, ६ फूट१० इंच लांबीची तोफ आदी अवशेष आजही सुस्थितीत आहेत.

ब. वैशागड / जंजाळा / तलतम किल्ला

प्रचंड विस्तार असलेला वैशागड हा किल्ला सातमाळा -अजिंठा डोंगररांगेत एका डोंगरमाथ्यावर बांधलेला आहे. याच गडाला वैशागड किंवा तलतमचा किल्ला म्हणुनही ओळखला जातो. स्थानिक लोक त्याला "सोनकिल्ला" किंवा "लालकिल्ला" या नावानेही ओळखतात. हा किल्ला कधी आणि कुणी बांधला या बाबत इतिहासकारांत मतभेद आहेत. इ.स. पाचव्या शतकातील वाकाटक काळापासून शेकडो वर्षांचा साक्षीदार असलेला हा किल्ला आजही दुर्लक्षित आहे. जंजाळा गावाचे पुरातन नाव जिंजाला होते. घटोत्कच लेण्यातील शिलालेखात अश्मकच्या राजकन्येचा उल्लेख आहे. वाकाटक नरेशाचा मंत्री वराहदेव याने ही लेणी इ.स. ५ व्या शतकात खोदल्याची माहिती आहे. इ.स.१५५३ मध्ये अहमदनगरच्या बुऱ्हाण निजामशहाने हा गड जिंकून घेतला. त्यानंतर इ.स.१६३१ मध्ये शहाजहानने हा किल्ला जिंकला. असा त्रोटक इतिहास उपलब्ध असला तरी गडावर भरपूर वास्तू अवशेष आहेत. किल्ल्यावर सय्यद अल कबीर कादरी या पीर बाबाची कबर आहे.

प्रवेशद्वारावर फारसी भाषेत काही शिलालेख आहेत.

वैशागड अथवा तलतम किल्ला

क. अंतुर किल्ला

अजिंठा- सातमाळा या सह्याद्रीच्या पूर्वपश्चिम उपरांगेवर मोक्याच्या ठिकाणी अंतुरगड ठाण मांडून बसलेला आहे. हा छ. संभाजीनगर जिल्ह्यातील कन्नड तालुक्यात आहे. सदर किल्ला हा महाराष्ट्र शासनाच्या पुरातत्त्व विभागाचे संरक्षित स्मारक आहे. या भक्कम आणि बलदंड किल्ल्याची उभारणी एका मराठा सरदाराने केली होती. पुढे हा किल्ला अहमदनगरच्या निजामशाहीच्या ताब्यात गेला. मलीक अंबरच्या काळात येथे काही बांधकामे झाली. पुढे मोगली वावटळीत हा किल्ला मोगलांच्या ताब्यात गेला. इंग्रजांनी इतर किल्ल्याबरोबर याचाही ताबा मिळवला.

अंतूरच्या पूर्व अंगाला असणाऱ्या कड्याच्या पोटात दक्षिणेकडे तोंड करून एक प्रेक्षणीय दरवाजा आहे. अरुंद जागेत दरवाजा असल्यामुळे तो समोर गेल्याशिवाय चटकन दिसत नाही. येथे दरवाजाच्या बाहेर पहारेकऱ्यांच्या जागा आहेत. काही वर्षांपूर्वीपर्यंत (१९९० पर्यंत) या दरवाजाला लाकडी दारे होती. ती आता बेपत्ता झाली आहेत. या दारातून आत गेल्यावर आतील मार्ग तटबंदीने बंदिस्त केलेला असून तो अरुंद आहे. या मार्गावर वरून खूपच दगड पडलेली आहेत. पुढचा दरवाजा मात्र पूर्व दिशेला तोंड करून आहे. हा भव्य दरवाजा आहे. हा दरवाजा ओलांडून पुढे गेल्यावर तिसरा दरवाजा आहे. दुसऱ्या दरवाजाच्या

आतील बाजूच्या कमानीवर शिल्पे आहेत. अशी शिल्पे अनेक ठिकाणी पहायला मिळतात. पण येथे या शिल्पाबरोबर सजावटीसाठी तोफेचे चार गोळे वापरले आहेत. अशा प्रकारे केलेली सजावट महाराष्ट्रात किंवा महाराष्ट्राबाहेरही आढळत नाही. तिसऱ्या दारावरील भव्य असा फारशी शिलालेख आहे. हा प्रवेश गडाच्या मध्यभागीच होतो.

गड दक्षिणोत्तर पसरलेला असून तटबंदीने वेष्टित आहे. या तटबंदीच्या कडेने उत्तर टोकाकडे चालू लागल्यास उजवीकडील तटबंदीमधील काही बुरुज लागतात. डावीकडे एक टेकडी असून टेकडीच्या दक्षिण बाजूला भलामोठा तलाव आहे. टेकडीच्या उतारावर भव्य इमारत आहे. इमारतीच्या गच्चीवर जाता येते. त्यासाठी पायऱ्या आहेत. टेकडीच्या माथ्यावर टेहाळणीकरिता भलामोठा चौथरा बांधलेला असून त्यावर चढण्यासाठी उत्तरेकडून पायऱ्या आहेत. या चौथऱ्यावरून संपूर्णगडावर लक्ष ठेवता येते तसेच येथून अंजठा-सातमाळा रांगेचे उत्तम दर्शन होते; उत्तरेकडील खानदेशाचा परिसर न्याहाळता येतो. गडाचा दक्षिण भाग एका तटबंदीने वेगळा केलेला आहे. या तटबंदीमध्ये तीन दरवाजे आहेत. त्यापैकी मध्यभागी मोठा दरवाजा असून त्याला दक्षिण बाजूला दोन मोठे बुरूज आहेत. मधल्या टेकडीच्या पश्चिम उतारावर तटबंदीजवळ पाण्याचे टाके कोरलेले आहे. गडाचा उत्तर भाग बालेकिल्ल्यासारखा असून तो अधिकच भक्कम करण्यात आला आहे. या बाजूला किल्ला हा डोंगर रांगेशी जोडला गेला असल्यामुळे या बाजूला मोठा खंदक कोरलेला आहे. खंदकाच्या माथ्यावर भक्कम तटबंदी असून या तटबंदीला चिलखती बांधणी आहे.

अंतुरचा किल्ला

ड. पेडका

सातमाळा - अजिंठा डोंगररांगेतील पेडका हा अजून एक किल्ला. परंतु हा किल्ला विस्मृतीत गेल्यासारखा आहे. या किल्ल्याबाबत फारशी माहिती मिळत नाही. यादवांच्या पूर्वी हा किल्ला बांधला गेला असावा. छ. संभाजीनगर जिल्ह्यातील देवगिरी हे यादवांच्या राजधानीचे ठिकाण होते. त्यामुळे त्याकाळात राजधानीकडे येणाऱ्या मार्गांवर टेहळणीसाठी किल्ल्यांची साखळी निर्माण करण्यात आली होती. यादवांचा पराभव झाल्यानंतर देवगिरीचे महत्व कमी झाले. त्यामुळे टेहळणीसाठी बनवलेल्या किल्ल्यांचे महत्वही कमी झाले व आडमार्गावर असल्यामुळे यातील काही किल्ले लोकांच्या विस्मरणात गेले. संभाजीनगर जिल्ह्यातील कन्नड तालुक्यात असलेला पेडका किल्ला यापैकी एक आहे.

इ. सुतोंडा

छ. संभाजीनगर जिल्ह्यातील सोयगाव तालुक्यात हा किल्ला अजंठा - सातमाळ डोंगररांगेतील एका विलग पडलेल्या डोंगरावर आहे. गडावर मोठ्या प्रमाणात लेण्या खोदलेल्या व अर्धवट सोडलेल्या आहेत. तसेच मोठ्या प्रमाणात पाण्याची टांकी आहेत. लेण्या व पाण्याची टाकी पहाता गडाची रचना प्राचीन काळात म्हणजे ४-५ व्या शतकात झाली असावी. यातील एका लेणीत भगवान महावीरांची प्रतिमा तसेच यक्ष यक्षिणी यांच्या प्रतिमा दिसतात. किल्ला नंतर बांधला असावा किंवा टेहळणीसाठी अथवा शत्रूला चकवा देण्यासाठी किल्ला सदृश रचना केली असावी असे दिसते. अन्यथा एवढ्या किल्ल्यासाठी पाण्याची इतकी टांकी कशासाठी हा प्रश्न उपस्थित होतो.

सुतोंडा किल्ला

भुयारी दरवाजाच्या वरील भागातील तटबंदीचे बांधकाम पहाता ही तटबंदी बहमनी काळात बांधली गेली असावी व सोळाव्या शतकात बहमनी राज्याचे तुकडे झाल्यावर येथील राज्यकर्ते बनलेल्या निझामशाहीच्या ताब्यात हा किल्ला आला. बादशाहनामा ह्या ग्रंथात मोगल बादशहा शहाजहान याच्या आज्ञेवरून मोगल सरदार सिपहंदरखान याने इ.स. १६३०-३१ मध्ये मोठ्या फौजेच्या सहाय्याने सितोंडा किल्ल्यावर स्वारी केली व तेथील किल्लेदार सिद्दी जमाल याने शरणागती पत्करल्याचा उल्लेख येतो. औरंगाबाद ब्रिटिश गॅझेटमध्ये या किल्ल्याचा साईतेंडा म्हणुन उल्लेख असून तो कन्नड पासून उत्तरपूर्व दिशेला २६ मैल अंतरावर असल्याचे म्हटले आहे. त्याचबरोबर औरंगजेबने काही देशमुखांना या किल्ल्यासाठी सनद दिल्याचा उल्लेखही या गॅझेटियरमध्ये आला आहे.

ई. लहुगड

छ. संभाजीनगर जिल्ह्यात फुलंब्री तालुक्यातील हा किल्ला. लहुगडचा इतिहास उपलब्ध नाही. देवगिरी या राजधानीच्या गडाशी जवळीक व गडावर कातळात खोदलेली टाकी व गुहा पहाता हा गड ७व्या किंवा ८व्या शतकातला असावा. छ. संभाजीनगर जिल्ह्यात अजिंठा, वेरूळ ही दगडात कोरलेली अजोड लेणी आहेत. त्याचप्रमाणे दगड तासून / कोरून बेलाग बनवलेला देवगिरी किल्लाही सर्वांच्या परीचयाचा आहे. यांच्याच पंक्तीत बसणारा लहुगड हा दगडात कोरलेला एक छोटेखानी किल्ला छ. संभाजीनगर शहरापासून साधारण ४० किमीवर आहे. या किल्ल्यावर दगडात कोरलेले गुहा मंदिर, कातळात कोरलेली वेगवेगळ्या प्रकारची १८ पाण्याची टाकी, दगडात कोरलेले प्रवेशव्दार, पायऱ्या, गुहा असे कोरीवकामाचे वैविध्य पहायला मिळते. औरंगाबाद – अजिंठा व औरंगाबाद – जालना या पुरातन मार्गाच्या मधून अजिंठा डोंगररांग या मार्गांना समांतर धावते. या दोन मार्गांना जोडणाऱ्या खिंडीवर लक्ष ठेवण्यासाठी लहूगडाची निर्मिती करण्यात आली होती असे दिसते.

लहुगड

उ. देवगिरी (दौलताबाद)

छ. संभाजीनगर तालुक्यायातील हा एक प्रसिद्ध डोंगरी किल्ला आहे. किल्ल्याचा डोंगर ६०० फूट उंचीचा असून त्याच्या भोवती ५० फूट रुंदीचा खोल पाण्याने भरलेला खंदक आहे. खंदकाच्या तळापासून १५० ते २०० फूट उंचीचा कडा इतका तासून काढलेला आहे की सापालाही वर चढून जाता येणे शक्य नाही.

महाद्वारातून प्रवेश केल्याबरोबर उजव्या बाजूस 'चांदमिनार' नावाचा मनोरा दिसतो. हा मिनार पंधराव्या शतकात इ.स. १४३५ साली अलाउद्दीन बहमनी याने किल्ला ताब्यात घेतल्यावर बांधला. या मनोऱ्याची उंची २१० फूट असून बुंध्याचा परीघ ७० फूट आहे. याला एकूण चार मजले आहेत. याच भागात 'किल्ले शिकन' नावाची एक तोफ ठेवलेली आहे. ही तोफ पंचधातूंची आहे. या तोफेला 'मेंढा तोफ' असेही म्हणतात. जवळच एक १८० स्तंभाचे हेमाडपं मंदिर आहे. १९५० मध्ये लोकांनी स्वयंस्फूर्तीने येथे भारतमातेची मूर्ती स्थापन केली. या मंदिरासमोरच हत्ती हौद नावाचा १५० फूट लांब, १०० फूट रुंद आणि २३ फूट खोल असा विस्तीर्ण जलाशय आहे.

देवगिरी अथवा दौलताबाद किल्ला

यादवपूर्व काळापासून म्हणजेच आजच्या किल्ल्याची निर्मिती होण्यापूर्वीच हे ठिकाण एक धार्मिक केंद्र आणि व्यापारी केंद्र म्हणून उदयाला आलेले होते. व्यापारी मार्गावर असल्याने येथे प्राचीन काळी लेण्या अथवा गुंफा खोदण्यात आलेल्या दिसातत. यात प्रामुख्याने जैन धर्मीय व शैव पंथीय लेण्या पाहता येतात. पुढे राजकीय दृष्टीने महत्त्वाचे ठाणे निर्माण झाल्याने किल्ला बांधण्यात आला. राष्ट्रकुट काळात म्हणजे आठव्या शतकात हा किल्ला बांधला गेला असावा. परंतु आजचा किल्ला हा नंतर दिले गेलेले रूप आहे. पुढे सन ११५० ते १३०० या काळात यादवांनी येथे राजधानीचे ठिकाण केले. महाकोटाची भिंत बांधली. हिंदू मंदिरे बांधण्यात आली. नंतर हे ठिकाण दिल्ली सुलतानांनी ताब्यात घेतले. हा कालखंड यादव राजवटीच्या अंताचा व खिलजी-तुघलक या मुस्लीम आक्रमक राजवटींचा आहे. अल्लाउद्दिन खिलजीचा सेनापती मलिक काफूर याच्या आक्रमणाने (१३०८-१३१३) देवगिरीच्या इतिहासाला कलाटणी मिळाली. पाडलेल्या मंदिरांचे खांब वगैरे वापरून कुतुबुद्दिन मुबारक खिलजीने जामी मशीद उभारली.

मुहम्मद बिन तुघलकाने देवगिरीला आपली राजधानी बनवण्याचे ठरवल्यानंतर त्याने दिल्लीहून लोकांना हलवल्यानंतर जुन्या तटबंदीच्या जागी चुना व दगडांनी नवीन तटबंदी उभारण्यात आली. या तटबंदीला गोल बुरूज होते. दिल्लीहून आणलेल्या लोकांसाठी अंबरकोट भागात नवीन वसाहत स्थापण्यात आली. तसेच या वसाहतीभोवती बळकट कोट बांधण्यात आला. टेकडीवरून खाली आलेल्या नाल्याचा पूर्व व दक्षिण बाजूचा खंदक म्हणून उपयोग केला गेला. वायव्य बाजूला खंदक नव्याने खणण्यात आला. हे काम बहुधा या

काळात सुरू झाले आणि पुढील बहमनी काळात पुरे झाले असावे.

चांदमिनार, दौलताबाद किल्ला

बहमनी कालखंडात इ. स. १३५०–१४५० दौलताबादचे खऱ्या अर्थाने महत्त्वाच्या बळकट लष्करी ठाण्यात रूपांतर झाले. टेकडीवर बालेकिल्ला तयार केला आणि पायथ्याशी खडक खोदून खंदक (१० मी. रुंद व १६ मी. खोल) बनवण्यात आला. अहमदशहा या बहमनी सुलतानाने इ. स. १४३५ मध्ये चांद मिनार उभारला. तसेच रंगमहाल या काळातला आहे. इ. स. १४५०–१६५० निझामशाहीच्या काळात कालाकोटाचे आणि आत अनेक विलासी महालांचे बांधकाम झाले. याच काळात ईशान्येकडील दरीत बंधारे घालण्यात आले आणि पाणीपुरवठ्याची व्यवस्था पूर्ण करण्यात आली. तसेच महाकोटाच्या तटबंदीची उंची वाढवण्यात आली. इ. स १६५० –१७५० दौलताबादवर मोगलांचा ताबा असतानाचे अवशेष दिसतात. त्यात उत्तम स्थितीतील बारादारी आणि महाकोटातील भग्न अवशेष स्वरूपात असलेला राजवाडा यांचा समावेश आहे. इ. स १७५०–१८०० मराठ्यांचा ताबा होता. या काळातील एक शिवमंदीर उद्ध्वस्त स्वरूपात महाकोटात आहे.

ऊ. भांगशी

छ. संभाजीनगर शहरापासून हा किल्ला १४-१५ किलोमीटर अंतरावर आहे. अजिंठा डोंगररांगेचा भाग असलेल्या परंतु विलग झालेल्या डोंगरावर हा किल्ला आहे. गडावर भांगशी अथवा भानसाई मातेचे मंदिर असल्याने या डोंगराला व गडाला भांगशी मत गड म्हणून ओळखतात. किल्ल्याचा इतिहास असा फारसा उपलब्ध नाही. गडावर प्राचीन गुहा खोदलेल्या असून त्यावरून हा डोंगर प्राचीन काळापासून उपयोगात असावा असे दिसते.

पुढे या गडावर किल्ला बांधला असावा. खासकरून देवगिरी किल्ल्याच्या जवळ असल्याने देवगिरीच्या सुरक्षेसाठी अथवा टेहाळणी साठी या किल्ल्याचा उपयोग करत असावेत. सध्या किल्ल्यावर तटबंदी व किल्ल्याचे अवशेष आहेत.

भांगसी गड

३.३.३ जालना जिल्ह्यातील डोंगरी किल्ले

अ. रोहिलगड

जालना जिल्ह्यातील अंबड तालुक्यात रोहीलागडनावाचे गाव आहे. त्याच्या जवळ हा किल्ला आहे. जालना जिल्याह्यातील हा एकमेव डोंगरी किल्ला आहे. किल्ल्याबाबत फारशी ऐतिहासिक माहिती उपलब्ध होत नाही. परंतु डोंगरावर काही लेणी कोरण्याचा प्रयत्न झालेला दिसतो. यावरून किल्ल्याच्या पूर्वीपासून हा डोंगर उपयोगात असल्याचे दिसते. किल्ल्याची तटबंदी व बुरुज शाबूत आहेत. अंबड व जालना ही जुनी बाजारपेठ होती. या मार्गावर हा किल्ला असल्याने व्यापारी मार्गाचे व बाजारपेठेचे संरक्षण या कामासाठी हा किल्ला बांधला असावा. पूर्वी या गडावर रोहिले लोक (राजस्थानातून अथवा अफगाण

भागातील) राहत असल्याने या किल्ल्याचे नाव रोहिलागड पडल्याचे स्थानिक लोक सांगतात.

३.३.४ परभणी जिल्ह्यातील डोंगरी किल्ले

अ. जिंतूर/ नेमगिरी किल्ला

परभणी जिल्ह्यातील एकमेव गिरिदुर्ग अथवा डोंगरी किल्ला जिंतूर गावाजवळ लहानशा डोंगरावर आहे. नेमगिरी म्हणून देखील या किल्ल्याला ओळखले जाते. येथे जैन धर्मीय तीर्थस्थान आहे. हा किल्ला आता नावाला उरला आहे. तटबंदी व बुरुजाचे फक्त अवशेष शिल्लक आहेत. डोंगरावर गुफा असून सात गुफा एकमेकांशी जोडलेल्या आहेत. या गुहा जैन धर्माशी संबंधित असून या गुहांमध्ये जैन तीर्थंकरांच्या मूर्ती आहेत. या गुहांतील पाचव्या गुहेत अंतरीक्ष पार्श्वनाथ ही प्रसिद्ध मूर्ती आहे. सुपारी एवढ्या दगडावर साधारण ६ फूट उंच ९-१० टन वजनाची मूर्ती तोललेली आहे. ही मूर्ती पूर्वी अधांतरी होती म्हणून अंतरीक्ष पार्श्वनाथ हे नाव पडल्याचे स्थानिक सांगतात. राष्ट्रकुट कालखंडात या लेण्या विकसित झाल्या असाव्यात. पूर्वी जिंतूरचे नाव जैनपूर असल्याचे व नंतर अपभ्रंश होऊन ते जिंतूर झाल्याचे उल्लेख मिळतात.

नेमगिरी/जिंतूर किल्ला

३.३.५ नांदेड जिल्ह्यातील डोंगरी किल्ले

अ. माहूर गड

नांदेड जिल्ह्यातील माहूर तालुक्यात हा नांदेड जिल्ह्यातील एकमेव डोंगरी किल्ला आहे. पूर्वीचा रामगड हा किल्ला यालाच माहूर किल्ला म्हणून ओळखले जाते. माहूर

गावातील डोंगरांमध्ये आठव्या-नवव्या शतकात खोदलेली हिंदू लेणी आहेत, ज्यांना "पांडवलेणी" म्हणतात. राष्ट्रकूटांच्या काळात हे गाव "महापूर" या नावाने ओळखले जात असे, आणि कालांतराने त्याचं नाव "माहूर" झालं. महापूर गावाच्या जवळ असलेल्या डोंगरावर रामगड नावाचा किल्ला होता, जो आज "माहूरचा किल्ला" म्हणून प्रसिद्ध आहे. यादवांच्या काळात हा किल्ला प्रशासनिक मुख्यालय म्हणून ओळखला जात असे. चौदाव्या शतकात रामगड किल्ला गौंड राजांच्या ताब्यात गेला.

सुलतान हसन शहाने १३५० मध्ये रामगड किल्ल्यावर हल्ला केला, परंतु त्यावेळी खंडणी देऊन किल्ला वाचवण्यात आला. त्यानंतर १४१२ मध्ये बहामनींनी पुन्हा किल्ल्यावर हल्ला केला, पण तो जिंकता आला नाही. इसवीसन १४२२ मध्ये बहामनी सुलतान अहमदशहावलीने अचानक हल्ला करून किल्ला जिंकून घेतला आणि गौंड राजा जयसिंह व त्याच्या सैन्याची कत्तल केली. किल्ल्याचे नाव बदलून "अहमदाबाद" ठेवले, आणि त्याला दक्षिण विदर्भ सुभ्याचे मुख्य ठाणे बनवले. खुदावंतखान याची सुभेदार म्हणून नियुक्ती केली, पण त्याने बहामनी सत्तेविरुद्ध बंड केले. शेवटी, बहामनी सुभेदार अमीर बरीदने किल्ला ताब्यात घेतला आणि खुदावंतसिंग याला ठार मारले.

माहूर किल्ला, नांदेड

माहूरचा किल्ला जिंकल्यानंतर इमादशहाने तो आपल्या राज्यात समाविष्ट केला, परंतु नंतर निजामांनी किल्ल्यावर कब्जा मिळवला. मोगल सम्राट अकबराने १५२९ मध्ये

निजामांकडून किल्ला जिंकला आणि उदाजीराम यांना किल्ल्याच्या देखरेखीची जबाबदारी सोपवली. त्यानंतरच्या अनेक पिढ्यांपर्यंत उदाजीराम यांचे वंशज किल्ल्याचे प्रमुख होते. सन १६५८ मध्ये जगजीवनराम किल्लेदार होता, आणि त्याच्या मृत्यूनंतर त्याचा अल्पवयीन मुलगा बाबूराव किल्लेदार बनला. त्याच्या वतीने त्याची आई सावित्रीबाई कारभार सांभाळत होती. हरचंदा राजपूताने किल्ल्यावर हल्ला केला तेव्हा सावित्रीबाईने शौर्याने त्याचा पराभव केला. औरंगजेबाने तिच्या पराक्रमामुळे तिला "पंडीता रायबाघन" हा किताब दिला. अठराव्या शतकात नागपूरकर भोसल्यांनी मुघलांकडून माहूरचा किल्ला जिंकला, पण नंतर निजामांनी तो मराठ्यांकडून पुन्हा ताब्यात घेतला. स्वातंत्र्य मिळेपर्यंत किल्ला निजामांच्या ताब्यात होता.

मराठवाड्यातील एकूण आठ जिल्ह्यात फक्त छ. संभाजीनगर, जालना, परभणी व नांदेड याच चार जिल्ह्यात डोंगरी किल्ले असून उर्वरित चार म्हणजेच बीड, हिंगोली, धाराशिव व लातूर या जिल्ह्यात डोंगरी किल्ले नाहीत. वरीलप्रमाणे मराठवाड्यातील एकूण २३ पैकी ११ डोंगरी किल्ल्यांबाबत आपण या प्रकरणात माहिती घेतली आहे.

३.४ सारांश

मराठवाड्यात सातमाळा - अजिंठा डोंगररांगांच्या अस्तित्वामुळे तसेच अन्य जिल्ह्यातील भौगोलिक परिस्थितीनुसार डोंगरी किल्ले असलेले दिसतात. छ. संभाजीनगर जिल्ह्यात उत्तरेकडे पश्चिम-पूर्व पसरलेली डोंगररांग असल्याने या जिल्ह्यात साहजिकपणे सर्वात जास्त डोंगरी किल्ले आहेत. छ. संभाजीनगर जिल्ह्यात ०८ डोंगरी किल्ले असून सर्वच किल्ले प्रसिद्ध नाहीत. जालना, परभणी व नांदेड जिल्ह्यात प्रत्येकी ०१ - ०१ किल्ले आहेत. या किल्ल्यांच्या माहितीवरून मराठवाड्याची ऐतिहासिक जडणघडण समजून घेण्याला मदत होते.

३.५ स्वयं अध्ययन प्रश्न

प्रश्न १ खालील प्रश्नांची उत्तरे लिहा

१. मराठवाड्यातील कोणतेही पाच डोंगरी किल्ले सांगा.

२. मराठवाड्यातील सर्वात जास्त डोंगरी किल्ले कोणत्या जिल्ह्यात आहेत? का?

प्रश्न २ टीपा लिहा

अ) देवगिरी.

ब) माहूर

क) नेमगिरी

३.६ अधिक वाचनासाठी पुस्तके

१. फोर्टस ऑफ महाराष्ट्र -

२. साद मराठवाड्यातील किल्ल्यांची - पांडुरंग पाटणकर

३. दुर्ग दर्शन -गो. नी. दांडेकर
४. दुर्गविधानम - मिलिंद पराडकर
५. http://trekshitiz.com

4

मराठवाड्यातील किल्ले - भुईकोट

अनुक्रमणिका

४.१ उद्दिष्टे

या घटकाचा अभ्यास केल्यानंतर आपल्याला,

- मराठवाड्यातील भुईकोटांबाबत माहिती मिळेल.
- मराठवाड्यातील भुईकोटांची जिल्हानिहाय माहिती मिळेल.
- मराठवाड्याची ऐतिहासिक वाटचाल लक्षात येईल.

४.२ प्रास्ताविक

मराठवाड्याला मोठा ऐतिहासिक व सांस्कृतिक इतिहास लाभला आहे. महाराष्ट्रातील किल्ले हे जसे महाराष्ट्राची ऐतिहासिक जडणघडण दर्शवतात त्याच प्रमाणे मराठवाड्याच्या किल्ल्यांबाबत म्हणता येते. अगदी मौर्य काळापासून किंवा महाजनपदांपासून मराठवाड्याचा उल्लेख विविध ऐतिहासिक साधनात येतो. त्याअर्थाने मराठवाडा ही ऐतिहासिकदृष्ट्या समृद्ध भूमी आहे. मराठवाड्यातील भुईकोट हे या समृद्ध ऐतिहासिक परंपरेचे निदर्शक आहेत. या प्रकरणात आपण मराठवाड्यातील भुइकोटांची विस्तृत माहिती घेणार आहोत.

४.३ विषय विवेचन

४.३.१ मराठवाड्यातील भुईकोट

पश्चिम महाराष्ट्रातील सह्याद्री पेक्षा मराठवाड्यात किल्ल्यांची संख्या कमी असली व पश्चिम महाराष्ट्रातील किल्ल्यांपेक्षा मराठवाड्यातील किल्ले दुर्गम नसले तरी किल्ल्यांच्या बांधकामातील वैविध्य व भारदस्तपणा यात मराठवाड्यातील किल्लेही उठून दिसतात. खासकरून भुईकोट बाबत हे विधान जास्त संयुक्तिक ठरेल. मराठवाड्यात डोंगरी किल्ल्या इतकेच किंवा एखाद -दुसऱ्या संख्येने भुईकोट जास्तच आहेत. एखादा देवगिरी किल्ल्यासारखा किल्ला सोडल्यास मराठवाड्यातील डोंगरी किल्ले तितकेसे मोठे अथवा आव्हानात्मक नाहीत. परंतु मराठवाड्यातील भुईकोट मात्र त्याबाबतीत खास आहेत. भारदस्त, प्रचंड म्हणता येतील असे भुईकोट किल्ले मराठवाड्यात आहेत. पश्चिम महाराष्ट्र डोंगरी किल्ल्यांसाठी प्रसिद्ध असल्यास मराठवाडा भुईकोटांसाठी प्रसिद्ध आहे असे म्हणल्यास वावगे ठरू नये.

मराठवाड्यात एकूण २५ किल्ले असून त्यापैकी ११ किल्ले हे डोंगरी किल्ले आहेत. तर उर्वरित म्हणजे १४ किल्ले हे भुईकोट आहेत. मराठवाड्यातील जालना जिल्हा सोडल्यास इतर सर्व जिल्ह्यात भुईकोट असल्याचे दिसते. या सर्व भुईकोट किल्ल्यांची माहिती पुढील भागात जिल्हानिहाय घेऊ-

४.३.२ छत्रपती संभाजीनगर (औरंगाबाद) जिल्ह्यातील भुईकोट

अ. फर्दापूर सराई

फर्दापूर हे अजिंठ्या पासून अगदी जवळ आहे. अजिंठा डोंगर व त्यातून गेलेला घाटरस्ता या मार्गावर हे गाव आहे. घाटाच्या वरील बाजूस अजंठा सराई तर खालील बाजूस फर्दापूर सराई अशी योजना केलेली दिसते. औरंगाबादकडे येण्याच्या महत्त्वाच्या मार्गावर या सराई आहेत. सैन्याला प्रवासात थांबण्यासाठी अथवा सैन्यासोबत सुभेदार (हे बऱ्याचदा राजपुत्र असत) अथवा महत्त्वाचा सरदार असेल तर त्यांना प्रवासात थांबण्यासाठी तसेच मार्गावर सुरक्षेसाठी अथवा नाकाबंदीसाठी यांचा उपयोग करत असावेत. सराई अथवा सराय हा पर्शियन शब्द असून त्याचा अर्थ राजवाडा अथवा तात्पुरते विश्रांतीसाठीचे ठिकाण. मध्ययुगीन काळात सरायांचे खूप महत्त्व होते. त्यापूर्वीही महत्त्वाच्या मार्गावर थांबे असलेल्या ठिकाणी विश्रांतीसाठी धर्मशाळा बांधल्या जात असत. प्रवासाला बराच वेळ लागत असे, साधनेही अपुरी असत त्यामुळे तात्पुरत्या विश्रांती स्थळांची सोय राज्यकर्त्याने करावी अशी एक पद्धत होती. उत्तरेकडील अनेक ठिकाणी अशा सराया दिसतात.

फर्दापूर सराई, अजिंठा

ही सराई कधी बांधली या बाबत माहिती उपलब्ध नसली तरी औरंगजेबाच्या काळात बांधली असावी असे स्थानिक सांगतात. हा गढीवजा भुईकोट मोठा असून बऱ्याच प्रमाणात अतिक्रमित आहे. तटबंदी, बुरुज व प्रवेशद्वार चांगल्या स्थितीत आहेत. प्रवेशद्वाराचे लाकडी दरवाजेही अजून टिकून आहेत.

ब. अजिंठा

छ. संभाजीनगर जिल्ह्यात असलेल्या जगप्रसिद्ध अजिंठा लेणी जवळ अजिंठा हे गाव आहे. मध्ययुगात हे गाव भुईकोटाच्या आताच होते. वाघुर नदीच्या काठावरच हे

गाव वसलेले आहे. नदीच्या पात्राच्या बाजूनेच या भुईकोट किल्ल्याची तटबंदी बांधलेली आहे. प्रवेशद्वार, बुरुज व तटबंदी आपल्याला सहज दिसते. तटबंदी मात्र गाव वाढल्याने अनेक ठिकाणी विस्कळीत झालेली आहे. मुघल काळात येथे महत्त्वाचे ठाणे असावे. जवळच अजिंठा सराई व फर्दापूर सराई आहे. त्यामुळे महत्त्वाच्या रस्त्याचे संरक्षण व आजूबाजूच्या प्रदेशावरील नियंत्रणासाठी हा भुईकोट महत्त्वाचा असावा. विस्तीर्ण असलेल्या या कोटात बाजारपेठही असावी. तीसपेक्षा जास्त बुरुज व ५-६ दरवाजे असलेला हा भुईकोट एक परिपूर्ण भुईकोट आहे. या भुइकोतचे बांधकाम मुघल काळात झाले असावे. मुघल स्थापत्य शैलीचा उत्तम नमुना म्हणून हा भुईकोट महत्त्वाचा आहे. या कोटात अनेक जुन्या इमारती अंतर्गत तटबंदीने वेढलेल्या दिसतात.

अजिंठा भुईकोट

क. अजिंठा सराई

फर्दापूर सराई पासून सुरु होणारा घाट व पुढे अजिंठा सराई. या दोन सराया घाटमार्गे जाणाऱ्या रस्त्यावर सुरक्षा प्रदान करण्यासाठीच बांधल्या असाव्यात. तसेच महत्त्वाच्या प्रवाशांना तात्पुरता विसावा म्हणून यांचा उपयोग होत असावा. अजिंठा भुईकोट, व या दोन्ही सराया मुघल काळात बांधल्या असाव्यात.

अजिंठा सराई (फोटो - Trekshitiz.com -साभार)

ड. किलेअर्क (Qil'a Ark)

किलेअर्क हा छ. संभाजीनगर शहराच्या अगदी मध्यवर्ती भागातील भुईकोट आहे. हा स्थलदुर्ग प्रकारातील किल्ला म्हणजे मुघल स्थापत्याचे उत्कृष्ट उदाहरण आहे. खडकी हे शहर मलिक अंबर याने वसवले. नौखंडा महाल बांधला. भडकल दरवाजा बांधला. परंतु औरंगजेबाच्या दोन टप्प्यातील दक्षिणेतील कारकिर्दीत या शहरात किलेअर्क व बीबी का

मकबरा या महत्त्वपूर्ण वास्तू बांधण्यात आल्या. बीबी का मकबरा प्रसिद्ध आहे. परंतु मुघल बादशाहने स्वतःला राहण्यासाठी जो किल्ला बांधला तो म्हणजे किलेअर्क! *अर्क* या तुर्की शब्दाचा अर्थ वस्ती. वस्ती असलेला किल्ला म्हणून किलेअर्क असा या नावाचा अर्थ डॉ. दुलारी कुरेशी यांनी दिला आहे. मुघल बादशहा औरंगजेब दक्खनचा सुभेदार असताना सन १६५३ साली हा किल्ला बांधण्यास घेतला. पुढे हा किल्ला सन १६५६-१६५९ दरम्यान बांधला गेला. परंतु दरम्यानच्या काळात औरंगजेब दिल्लीला बादशाही मिळवण्यासाठी गेल्यामुळे इथे प्रत्यक्ष राहण्यासाठी सन १६८१ नंतर जेव्हा दक्षिणेत आला तेव्हा इथे वास्तव्य केले. औरंगजेब राहत असल्याने या किल्ल्यातूनच त्या काळी भारताचा कारभार चालत होता. तत्कालीन औरंगाबादला तटबंदी होती. आजही ही तटबंदी खाम नदीच्या बाजूने दिसते. त्यांना जोडणारी प्रवेशद्वारे म्हणजे औरंगाबाद मध्ये आजही असणारे ऐतिहासिक दरवाजे होय. त्याअर्थी सगळे औरंगाबादच भुईकोटाच्या आत वसलेले होते. परंतु नंतर या तटबंदी बाहेर शहराचा विस्तार झाला.

किलेअर्क - मुख्य प्रवेशद्वार - नौबत दरवाजा

अनेक वर्ष औरंगजेबाचे आपल्या परिवारासह या किल्ल्यात वास्तव्य होते. शाही परिवारासाठी किल्ल्यातच मस्जिद बांधली होती. ती सही मस्जिद होय. या मस्जिद मध्ये औरंगजेब, जो हिंदुस्तानचा बादशाह होता, तो टोप्या विणत असे. औरंगजेबाच्या मुलाचे लग्न या किल्ल्यातच झाले. झेबुन्निसा या औरंगजेबाच्या मुलीचा महाल याच किल्ल्यात होता तो जनाना महाल, तर शाही पुरुषांचा तो मर्दाना महाल. शाही परिवारातील महिलांना

नमाजासाठी स्वतंत्र मस्जिद या किल्ल्यात होती. या किल्ल्याची तटबंदी आजही अनेक ठिकाणी दिसते. दिल्ली दरवाजा ते आमखास मैदान इतक्या विस्तीर्ण भागात हा भुईकोट बांधला होता. अनेक बुरुज या तटबंदीला होते. तर मुख दरवाजा म्हणजे नौबत दरवाजा व अनेक उपदरवाजे होते. काला दरवाजा, रंगीन दरवाजा, आदिल दरवाजा हे आजही दिसतात. जनाना महाल सारखा शाही महाल महाराष्ट्रात क्वचित दुसरा असेल. पुढे हा किल्ला निजामाच्या ताब्यात गेला. निजामाच्या काळात या किल्ल्यात काही कार्यालये सुरु झाली. निजामाद्वारे १९२३ साली सुरु झालेले मराठवाड्यातील पहिले महाविद्यालय (आताचे शासकीय ज्ञान विज्ञान महाविद्यालय) आज याच किल्ल्याच्या परिसरात सुरु आहे.

४.३.३ बीड जिल्ह्यातील भुईकोट

अ. धारूर

प्रतिष्ठान (पैठण) हे सातवाहन राजवंशाची राजधानी होते. त्या काळात राज्यातील सर्व प्रमुख मार्ग राजधानीकडे जात असल्याने या मार्गावरील धारूर गावाची बाजारपेठ विकसित झाली होती. पुढील काळात राष्ट्रकूट राजवंशाने या भागावर आपले वर्चस्व प्रस्थापित केले आणि धारूर येथे एक किल्ला बांधला गेला. मुळच्याया धारेश्वर वरून किल्ल्याला "महादुर्ग" म्हणून ओळखले जात असे. या किल्ल्याची तटबंदी साध्या दगडांचा वापर करून बांधण्यात आली होती. राष्ट्रकूट राजा गोविंद तिसरा (७९३-८१४) यांच्या एका दानपत्रात धारूरचा उल्लेख आहे. त्यानंतर चालुक्य (कल्याणी) आणि देवगिरीचे यादव यांचा या प्रदेशावर अधिकार होता.

यादव साम्राज्याचा अंत झाल्यानंतर, बहमनी काळात धारूर एक व्यापारी केंद्र म्हणून उत्कर्षाला आले. बहमनी घराण्याचा नववा राजा महमदशहा बहामनीने २२ सप्टेंबर १४२२ रोजी आपली राजधानी गुलबर्ग्याहून बिदर येथे हलवली. यामुळे बिदरचे महत्त्व वाढले आणि उदगीरचेही महत्त्व वाढले. सन१५२६ मध्ये बहमनी साम्राज्याचे विभाजन होऊन पाच स्वतंत्र शाह्या स्थापन झाल्या. त्यापैकी बरीदशाहीची स्थापना कासीम बरीदने केली, ज्याची राजधानी बिदर होती. बरीदशाहीच्या राज्यातील धारूर, उदगीर, औसा आणि कंधार हे प्रमुख किल्ले होते. बरीदशाहीच्या सीमांना आदिलशाही, निजामशाही आणि कुतुबशाही या तीन शाह्यांचा सामना करावा लागत असे, ज्यामुळे या भागात सतत संघर्ष होत असत.

धारुरचा किल्ला

बरीदशाहीचा अस्त झाल्यानंतर, धारूर किल्ल्याच्या ताब्यावरून आदिलशाही आणि निजामशाही यांच्यात अनेक लढाया झाल्या. या किल्ल्याचे महत्त्व ओळखून आदिलशाहीचा स्थपती किश्वरखान लारीने हिजरी ९७५ (इ.स. १५६७) मध्ये महादुर्गाचे दगड वापरून नव्याने किल्ला बांधला, जो आजचा धारूर किल्ला आहे. धारूर किल्ल्याच्या पुनर्बांधणीमुळे किश्वरखानाची आदिलशाहाच्या दरबारात प्रतिष्ठा वाढली, परंतु त्याचे अंतर्गत शत्रूही वाढले. धारूर किल्ल्याच्या बांधणीमुळे निजामशाहीला शह बसला, त्यामुळे निजामशाहीने धारूरवर जोरदार हल्ला चढवला. त्या वेळी किल्ल्यात ५००० सैन्य होते. किश्वरखानाने आदिलशहाकडे मदत मागितली, परंतु अंतर्गत शत्रूंनी मदत वेळेवर पोहोचू दिली नाही. त्यामुळे हिजरी ९७७ (इ.स. १५६९) मध्ये अहमदनगरच्या मूर्तूजा निजामशहाने किश्वरखानाची हत्या करून धारूर किल्ला जिंकला आणि त्याचे नाव "फतेहबाद" असे ठेवले.

सन १६०१ मध्ये मुघलांनी अहमदनगर जिंकल्यानंतर निजामशाहीचा अस्त झाला. सन १६३०-३१ मध्ये शहाजहानच्या सेनापती आझमखानाने धारूर किल्ला ताब्यात घेतला. या विजयाच्या स्मरणार्थ एक विशेष नाणे पाडण्यात आले. शहाजहानच्या कारकीर्दीनंतर, जहांदारशहाच्या काळापर्यंत सुमारे शंभर वर्षे धारूर किल्ल्यातील टांकसाळीतून नाणी तयार

केली जात होती.

शिवाजी महाराज आणि नेताजी पालकर यांच्यात पन्हाळगडाच्या युद्धाच्या वेळी झालेल्या मतभेदांमुळे नेताजी पालकर मुघलांना जाऊन मिळाले. त्यानंतर नेताजी पालकर धारूर किल्ल्यात राहत होते. शिवाजी महाराजांनी आग्र्याहून सुटका केल्यानंतर औरंगजेबाच्या आदेशानुसार जयसिंगाने नेताजी पालकरला धारूर किल्ल्यात अटक केली.

३ फेब्रुवारी १७६० रोजी उदगीर येथे मराठे आणि निजाम यांच्यात लढाई झाली. सदाशिवराव (भाऊ) पेशव्यांनी या लढाईचे नेतृत्व केले. निजामाला मदत करण्यासाठी सुलतानजी निंबाळकर, मोमीनखान आणि लक्ष्मणराव खंडागळे यांनी १५००० सैन्य घेऊन औरंगाबादहून कूच केले, पण सदाशिवराव पेशव्यांनी राणोजी गायकवाड यांना त्यांच्यामागे पाठवले. त्यामुळे निजामाचे हे सरदार धारूर किल्ल्याचा आसरा घेऊन तिथेच अडकून पडले. मराठ्यांनी या युद्धात निजामाचा पराभव केला. खर्ड्याच्या लढाईनंतर धारूर किल्ला काही काळ मराठ्यांच्या ताब्यात होता, परंतु नंतर निजामाने तो पुन्हा जिंकला. भारताच्या स्वातंत्र्यापर्यंत, धारूर किल्ला निजामाच्या ताब्यातच राहिला.

ब. धर्मापुरी

बीड जिल्ह्यातील आंबेजोगाई हे प्राचीन गाव तेथील ब्राम्हणी (हिंदू) लेणी व योगेश्वरी देवीच मंदिर यामुळे प्रसिध्द आहे. आंबेजोगाई पासून २७ किमी अंतरावर धर्मापूरी नावाच एक प्राचीन धर्मक्षेत्र आहे. या गावात चालुक्य कालिन प्राचीन केदारेश्वर मंदिर आहे. या गावात बहमनी अथवा मुघल राजवटीच्या काळात किल्ला बांधला गेला. हा किल्ला धर्मापूरीचा किल्ला म्हणून ओळखला जातो. या किल्ला बांधण्यासाठी जे दगड वापरले गेले आहेत त्यात मंदिरांवरील अनेक शिल्प पहायला मिळतात. या वरून या गावात अनेक मंदिरे होती व त्यांचेच दगड वापरून हा किल्ला बांधला गेला. धर्मापूरीचा किल्ला व अप्रतिम कोरीव शिल्पे असलेले केदारेश्वर मंदिर ही दोन्हीही ठिकाणे आवर्जून पाहाण्यासारखी आहेत.

धर्मापुरीचा किल्ला

४.३.४ परभणी व हिंगोली जिल्ह्यातील भुईकोट

अ. पाथरी (परभणी)

पाथरीचे जुने नाव पार्थपूर असे आहे. पाथरी किल्ला भग्नावस्थेत असून किल्ल्यावर दोन विहिरी आहेत, किल्ल्यांच्या दोन्ही प्रवेश द्‌वाराचे काही भाग शिल्लक आहेत. जवळजवळ सहाशे वर्षापुर्वी किल्ल्यावर असलेल्या वास्तूचे शाह हमीद उद्‌धीम दर्गा यात रुपांतर करण्यात आले आहे, असा उल्लेख महाराष्ट्र शासनाच्या अभिलेखामध्ये आढळतो. विशेष म्हणजे दर्ग्याचा आकार अष्टकोनी आहे, दर्ग्याला बारा खांब असून त्यावर साडेनऊ मीटर उंचीचा घुमट आहे. दर्ग्याच्या चारही कोपऱ्यात प्रचंड खांब आहेत, हे खांब आणि घुमट यांचे काम अतिशय सुबक आहे. आतील बाजूवर सुंदर नक्षीकाम असून त्यावर हिंदू शिल्पकलेची बरीच छाप पडलेली दिसते. दर्ग्यास चार प्रवेशद्‌वारे असून त्यापैकी तीन बुजलेले आहेत दर्ग्याभावती भिंतीमध्ये सर्वत्र कानोडे आहेत.

ऐतिहासिक पार्श्वभूमी : पार्थपुरी कालांतराने पार्थपूर व नंतर नावात बदल होऊन पाथरी हे नाव पडले. या गावात पार्थ मंदिर म्हणजेच अर्जुनाचे मंदिर होते असा उल्लेख आढळतो. याच गावात प्रसिद्‌ध संत श्रीधर या ग्रंथकाराने **अश्वमेध** हा ग्रंथ लिहिला.

ऐतिहासिक वास्तू :

पाथरीचा किल्ला : हा किल्ला भग्नावस्थेत असून काही शेषभाग अदयापही शिल्लक आहेत.. किल्ल्यावर दोन विहिरी, प्रवेशद्‌वाराचा काही भाग शिल्लक आहे. जवळजवळ ६०० वर्षापुर्वी किल्ल्यावर असलेल्या वास्तूचे शहा हमीद उमीद दर्गा यात रुपांतर करण्यात आले आहे.

असा उल्लेख महाराष्ट्र शासनाच्या गॅझेट मध्ये आढळून येतो. दर्ग्याला बारा खांब असून त्यावर एक घुमट आहे. दर्ग्याच्या चारी कोपऱ्यात प्रचंड खांब आणि घुमट यांचे काम अतिशय सुबक आहे .दर्ग्याच्या आतील बाजूवर सुंदर नक्षीकाम असून यावर हिंदू शिल्पकलेची बरीच छाप पडलेली दिसते . दर्ग्यास चार प्रवेश द्वारे असून त्यापैकी तीन बुजलेले आहेत.

सय्यद शहा इस्माईल साहेब कादी यांचा दर्गा : हा दर्गा २०० वर्षापुर्वी बांधण्यात आला असे म्हणतात .रमजान महिन्यात या ठिकाणी उरूस भरतो. सय्यद सदर उर्फ अमिनोद्दीन शाह राफि दर्गा(मोठा दर्गा): हा दर्गा जवळ जवळ सव्वा सातशे वर्षापूर्वीचा असून तो मशिदिबरोबर जोडून बांधण्यात आला आहे. प्रवेश करण्यासाठी चार दरवाजे आहेत यापैकी दर्शनी भागातील दरवाजा सर्वात मोठा आहे. याची बांधणी दगडी असून वरचा भाग विटांनी बांधण्यात आला आहे. मशिदीच्या बाहेरील बाजूस डावीकडे १३३४ हिजरी मध्ये बांधलेली एक विहीर आहे. प्रत्येक कोप-यात एक एक मिनार आहे मुख्य दरवाजा वर एक मजला असून या मजल्याला देखील चार मिनार आहेत.

ब. पेठवडगाव (हिंगोली)

हिंगोली जिल्हा (ता. कळमनुरी) येथील शिवकालीन ऐतिहासिक वारसा जपणारा किल्ला शालेय विद्यार्थ्यांचे आकर्षण ठरत आहे. निजाम व इंग्रजांना जेरीला आणणारे नवसाजी नाईकदेखील काही दिवस किल्ल्यावर वास्तव्याला होते. पूर्वी किल्ले वडगाव व पेठवडगाव ही दोन्ही गावे किल्लेवडगाव अंतर्गत होती. त्यानंतर गावाचे विभाजन झाले. आता हा किल्ला पेठवडगाव गावच्या शिवारात आहे. मात्र, पूर्वी किल्ल्याच्या नावाने या गावाला किल्ले वडगाव असे नाव पडले आहे. या किल्ल्याला चारही बाजूंनी बुरूज आहेत. शिवाय किल्ल्यात अनेक भुयारी मार्ग सापडतात. किल्ल्यावरील एका दगडावर मध्ययुगीन लिपी पाहावयास मिळते.

या शिवाय अनेक ऐतिहासिक घटनांशी किल्ल्याचे नाते जुळलेले आहे. किल्ल्याचा कारभार रायबागन नावाची महिला पूर्वी पाहत असे. तसेच एकाच वेळी निजाम व इंग्रजांना जेरीला आणणारे नवसाजी नाईक हेदेखील काही दिवस या किल्ल्यावर वास्तव्य करून होते. सन १८५७ च्या काळात तब्बल वीस वर्षे उठाव चालला होता. या उठावाचे सरदार नवसाजी नाईक हे होते. नवसाजी नाईक यांना इंग्रज सरकारने नाव्हा (ता. हदगाव) गावात घेरले असता ते घरातून भुयारी मार्गाने या किल्ल्यात आल्याचे येथील गावकरी सांगतात.

पेठवडगाव, हिंगोली

४.३.५ नांदेड व लातूर जिल्ह्यातील भुईकोट

अ. नांदेड

नांदेडचा उल्लेख अगदी मौर्य राजवटीपासून म्हणजेच इ.स.पू. सहाव्या शतकापासून मिळतो. नंदीतट, नंदीनगर, नंदीग्राम या नावांनी इतिहासात ओळखले जाणारे हे नगर नंद वंशातील एका राजाने वसवले होते. पैठण हे नंदवंशाची दक्षिण भारतातील राजधानी होते, तर नंदआहार आणि नवनंदडेरा या दोन उपराजधान्या होत्या. याच नवनंदडेरा या नावाचा अपभ्रंश होऊनच नांदेड हे आजचे नाव रूढ झाले. नांदेड हे नगर उपराजधानी आणि व्यापारी केंद्र असल्याने, त्या काळात या शहराला संरक्षणासाठी तटबंदी असणार हे साहजिकच होते. नांदेड हा एक नगर किल्ला होता.

सातवाहन राजवटीच्या काळात नांदेड शहर हे एक महत्त्वाचे बौद्ध शिक्षणकेंद्र होते, आणि सांचीच्या स्तुपावरील दानलेखात त्याचा उल्लेख सापडतो. त्यानंतर वाकाटक, चालुक्य, राष्ट्रकूट आणि गंग यांच्या राज्यकाळात नांदेड हे एक प्रतिष्ठित शैक्षणिक केंद्र आणि वैभवशाली शहर म्हणून ओळखले जात असे. पुढे बहामनी, मुघल, आणि शेवटी निजाम राजवटीत हा किल्ला त्यांच्या ताब्यात राहिला, तोपर्यंत नांदेडचे महत्त्व कायम होते.

ब. कंधार (नांदेड)

नांदेड जिल्ह्यातील हा भुईकोट बऱ्यापैकी सुस्थितीत आहे. इसवी सनाच्या सातव्या शतकात राष्ट्रकूट घराण्यातील राजा कृष्ण पहिल्याने कंधारला राजधानीचा दर्जा दिला होता. त्याच वेळी कंधारला पाणीपुरवठा करण्यासाठी जगत्तुंग समुद्र नावाचा तलाव तयार

करण्यात आला आणि किल्ल्याचे बांधकाम करण्यात आले. नवव्या शतकात चालुक्य राजा गुणग विजयादित्य तिसऱ्याने कंधार नगराला आग लावली, मात्र राष्ट्रकूट राजा कृष्ण तिसऱ्याने पुन्हा कंधारचे पुनरुज्जीवन करून किल्ला बळकट केला. कंधार किल्ला राष्ट्रकूट राजा कृष्ण तिसरा याने इसवी सन दहाव्या शतकात मन्याड नदीच्या काठावर उभारला होता. नंतरच्या काळातील सर्व राजघराण्यांनी किल्ल्यात त्यांची स्थापत्य जोडली आणि १८४० पर्यंत त्यात सातत्याने वाढ अथवा बदल होत राहिले. किल्ल्यातील सर्वात चिरस्थायी बांधकाम म्हणजे यादव काळापासूनची पायरी विहीर. किल्ल्याच्या मुख्य दरवाजावर मुहम्मद तुघलक (१३२५-१३५१) याच्या काळातील पर्शियन कोरीवकाम आहे. तेराव्या शतकानंतर बहामनी सुलतानांनी किल्ल्यात लक्षणीय वाढ केली. किल्ल्याला एक अनोखी बहुस्तरीय संरक्षण प्रणाली होती ज्यामुळे तो शतकानुशतके सुरक्षित राहिला.

कंधारचा भुईकोट

इसवी सनाच्या सातव्या शतकात राष्ट्रकूट घराण्यातील राजा कृष्ण पहिल्याने कंधारला राजधानीचा दर्जा दिला होता. त्याच वेळी कंधारला पाणीपुरवठा करण्यासाठी जगत्तुंग समुद्र नावाचा तलाव तयार करण्यात आला आणि किल्ल्याचे बांधकाम करण्यात आले. नवव्या शतकात चालुक्य राजा गुणग विजयादित्य तिसऱ्याने कंधार नगराला आग लावली, मात्र राष्ट्रकूट राजा कृष्ण तिसऱ्याने पुन्हा कंधारचे पुनरुज्जीवन करून किल्ला बळकट केला.

बाराव्या शतकात हा किल्ला यादवांच्या ताब्यात होता. तेराव्या शतकात मलिक काफूरने किल्ला जिंकून घेतला. पुढे १३४७ मध्ये महमद तुघलकाने हा किल्ला काबीज करून नसरत सुलतानला किल्लेदार म्हणून नेमले. त्यानंतर बहामनी सत्तेच्या स्थापनेनंतर किल्ला त्यांच्या ताब्यात गेला. इसवी सन १५६५ मध्ये अहमदनगरच्या निजामशाहीने किल्ला काबीज केला, पण चांदबिबीने तो मुघलांच्या ताब्यात दिला. इसवी सन १६२० मध्ये मलिक अंबरने मुघलांकडून किल्ला पुन्हा जिंकून घेतला आणि किल्ल्याची भक्कम उभारणी केली. अखेर, अठराव्या शतकात हा किल्ला हैदराबादच्या निजामाच्या ताब्यात गेला आणि स्वातंत्र्य मिळेपर्यंत तसाच राहिला.

क. औसा (लातूर)

औसा किल्ला हा औसा शहराच्या दक्षिणेकडील ५ हेक्टर क्षेत्रफळात पसरलेला भुईकोट प्रकारचा किल्ला आहे. इ.स. १४६६ मध्ये महमूद गवान याला बहमनी साम्राज्याचा मुख्य वजीर म्हणून नियुक्त करण्यात आले आणि त्याच्या कार्यकाळातच या किल्ल्याची निर्मिती झाली. हा किल्ला खोलगट भागात असल्यामुळे, अगदी जवळ गेल्याशिवाय तो दृष्टीपथात येत नाही. किल्ल्याच्या काही वास्तूंवर आणि तटबंदीवर तुर्क आणि युरोपियन स्थापत्यशैलीचा प्रभाव दिसून येतो.

औसा शहराचे ऐतिहासिक आणि धार्मिक महत्त्व आहे. मलीक अंबरच्या काळात, हिजरी १०१४ मध्ये, या शहराचे नाव अमरापूर होते. औसा नगराचा उल्लेख चालुक्य राजा विजयादित्यच्या काळातील ताम्रपटात "उच्छीव त्वरीशत" असा आढळतो, ज्याचा अर्थ प्रमुख किंवा श्रेष्ठ असा होतो. आठव्या शतकातील जैन लेखक जिनसेन यांनी औसाचा उल्लेख "औच्छ" असा केलेला आहे. सुप्रसिद्ध जैन कवी कनकमार या औसाचे रहिवासी होते आणि त्यांनी "करकंड चरयू" हा काव्यग्रंथ लिहिला, ज्यात त्यांनी औसाला "असई" असे म्हटले आहे. कालांतराने उच्छीव, औच्छ, असई आणि औसा अशी नावे रूढ झाली असावीत. यादवकालीन शिलालेखात औसाचा उल्लेख आढळतो, ज्यात औसा प्रशासकीय केंद्र म्हणून ओळखले जात असे.

औसा भूदुर्ग

औसा किल्ला २४ एकर ३० गुंठे क्षेत्रात विस्तारलेला आहे आणि किल्ल्याभोवती खंदक आहे, जो आजही चांगल्या स्थितीत आहे. या खंदकात अनेक विहिरी आहेत, आणि किल्ल्यात प्रवेश करण्यासाठी "लोहबंदी" दरवाजा आहे. आतल्या भागात जाण्यासाठी मुख्य दरवाज्याचे नाव "अहशमा" आहे. किल्ल्याच्या आत राणीमहाल, लालमहाल आणि पाणीमहाल यांसारख्या अनेक वास्तू आहेत. किल्ल्यातील परिबावडी, कटोराबावडी आणि चांद बावडी या तीन महत्त्वाच्या विहिरी आहेत. बिदरच्या बहामनी सत्तेच्या काळात औसा किल्ल्याची निर्मिती महमूद गवानच्या कार्यकाळात झाली.

औसा किल्ल्याला ऐतिहासिक काळात राजकीय महत्त्व होते. यादवकालापासून या शहराला महत्त्व होते. इ.स. १३५७ मध्ये बहामनी सुलतानने येथे आपली सत्ता स्थापन केली. पुढे, पहिला बुऱ्हाण निजामशहा याने किल्ल्याचा ताबा मिळवला. १६३५ मध्ये मुघल बादशहा शाहजहानच्या फर्मानाने हा किल्ला मुघल साम्राज्यात दाखल झाला. मराठ्यांच्या स्वातंत्र्य युद्धात धनाजी जाधव आणि मुघल सेनापती झुल्फिकार खान यांच्यात येथे अनेक चकमकी झाल्या होत्या. सन १८५२ मध्ये हैद्राबादच्या निजामाकडून इंग्रजांनी हा भाग गहाण घेतला होता आणि त्यांचा ताबा १८५७-५८ पर्यंत राहिला.

ड. उदगीर (लातूर)

उदगीरचा भुईकोट इतिहास प्रसिद्ध आहे. 'तारीख-ए-फेरीश्ता' आणि 'तारीख-ए-उदगीर' या ग्रंथांमध्ये उल्लेख आहे की, उदगीर किल्ला इ.स. १३४७ ते १५२७ या काळात बांधला गेला. इ.स. १६३६ मध्ये मुघल सम्राट शहाजहानने उदगीरचा किल्ला जिंकला. पुढे, ३ फेब्रुवारी १७६० रोजी निजाम आणि मराठ्यांमध्ये उदगीर येथे युद्ध झाले, ज्यात मराठ्यांनी काही काळासाठी किल्ला ताब्यात घेतला. मात्र, पानिपतच्या तिसऱ्या लढाईतील मराठ्यांच्या पराभवानंतर निजामांनी दक्षिणेत आपली सत्ता प्रस्थापित केली आणि उदगीरवर हैदराबादच्या निजामांचे राज्य स्थिरावले.

उदगीर शहर हे उदगीर बाबा आणि उदगीर किल्ल्यामुळे प्रसिद्ध आहे. उदगीर शहरावर जवळपास ८०० वर्षे मुघलांचे राज्य होते. मराठ्यांनी अहमदनगर काबीज केल्यानंतर, निजाम मराठ्यांवर चालून आला, ज्यामुळे ११ जानेवारी १७६० रोजी येथे निजाम आणि मराठ्यांमध्ये लढाई झाली. या लढाईत मराठ्यांच्या सेनापती सदाशिवरावभाऊ पेशवे होते. मराठ्यांच्या बाजूने इब्राहीमखान गारदीच्या तोफखान्याने निजामाचे सैन्य मोठ्या प्रमाणात पराजित केले. यानंतर निजाम सलाबतजंग शरण आला. शेवटी, ३ फेब्रुवारी १७६० रोजी तह झाला, ज्याअंतर्गत निजामाने मराठ्यांना ६० लाख उत्पन्नाचे जहागीर क्षेत्र दिले, ज्यात अशीरगड, दौलताबाद, विजापूर आणि बुऱ्हाणपूर समाविष्ट होते.

उदगीरचा भुईकोट (wikimidea)

दरम्यान, १० जानेवारी १७६० रोजी दिल्ली जवळील बुराडीघाटावर शुक्रतालच्या लढाईत मराठा सेनापती दत्ताजी शिंदे नजीबखान रोहिला विरुद्ध लढताना शहीद झाले. त्यानंतर, नजीबखान आणि अहमदशहा अब्दाली यांनी दिल्ली ताब्यात घेतली. हे वृत्त सदाशिवरावभाऊंना कळताच, निजामाचा पराभव करून परतुर येथे प्रचंड तयारीनिशी १ लाख मराठा सैन्य घेत सदाशिवरावभाऊ दिल्लीकडे निघाले, १४ मार्च १७६० रोजी. त्यावेळी मुघल साम्राज्याचे रक्षण , १७५२ च्या दिल्ली करारानुसार मराठ्यांच्या जबाबदारीत होते. महादजी शिंदेंच्या नेतृत्वाखाली मराठ्यांनी मुघल साम्राज्याला आपले संरक्षण दिले होते. पुढे, १४ जानेवारी १७६१ रोजी पानिपतावर अहमदशहा अब्दालीशी निर्णायक लढाई झाली,

ज्यात मराठ्यांचा पराभव झाला.

४.३.६. धाराशिव जिल्ह्यातील भुईकोट

अ. परांडा

परांडा हा एक अप्रतिम भुईकोट आहे. हा किल्ला त्याच्या स्थापत्य व अभियांत्रिकीसाठी प्रसिद्‌ध आहे. किल्ला बहमनी सुलतानांचा वजीर महमूद गवानने १५व्या शतकाच्या उत्तरार्धात बांधला. इ.स. १५९९ मध्ये मुघल सैन्याने अहमदनगरच्या निजामशहाला पराभूत केले, परंतु त्यानंतर निजामशाहीच्या सरदारांनी लहान वयाच्या मुर्तुजा निजामशहाच्या नावाने राज्य चालवण्याचा निर्णय घेतला आणि राजधानी म्हणून अहमदनगरच्या आग्नेयेला सुमारे ८० मैलांवर असलेल्या परांडा किल्ल्याची निवड केली. काही काळ परांडा ही राजधानी होती. इ.स. १६२९ ते १६३२ दरम्यान शहाजी महाराजांनी किल्ला ताब्यात घेतला, मात्र नंतर तो पुन्हा मुघलांच्या ताब्यात गेला. शेवटी, स्वातंत्र्य मिळेपर्यंत किल्ला हैदराबादच्या निजामाच्या ताब्यात राहिला.

परांडा - भरभक्कम भुईकोट

कल्याणीच्या चालुक्यांच्या काळात परिमंडा (परंडा) हा एक महत्त्वाचा परगणा होता. तेथील किल्ला ३५ मीटर लांब आणि रुंद आहे. बहामनी राजवटीत, महमूद गवानने या

किल्ल्याचे बांधकाम केले. इ.स. १६०० च्या आसपास मुघलांनी किल्ला ताब्यात घेतला. १६२९ मध्ये शहाजी राजांनी किल्ला जिंकून घेतला, परंतु १६३२ मध्ये किल्ला विजापूरच्या आदिलशाहीकडे गेला. आदिलशाहीच्या मुरार सेनापतीने किल्ल्यातील प्रसिद्ध मुलुखमैदान तोफ १६३२ मध्ये विजापूरला नेली. भूईकोट किल्ला असल्याने किल्ल्याला दुहेरी तटबंदी आहे. तटबंदीत अनेक बुरुज आहेत. गडाचे पहिले उत्तराभिमुख प्रवेशद्वार खूप भव्य आहे. प्रवेशद्वाराच्या वर सज्जे असून त्यात जंग्या आहेत. प्रवेशद्वाराच्या उजव्या बाजूला तटबंदीच्या भिंतीत तीन हंस कोरलेली शिल्पपट्टी आणि त्याखाली दोन व्याल पाहायला मिळतात. किल्ल्यात फ़िरतांनाही तटबंदीत अनेक ठिकाणी देवळांचे दगड, वीरगळ वापरलेले पाहायल मिळतात. किल्ल्याच्या प्रवशेद्वाराला नविन लाकडी दारे बसवलेली आहेत. पहिल्या प्रवेशद्वार ातून आत शिरल्यावर अंधारा कमानदार बोळ लागतो तो पार करुन उजवीकडे वळल्यावर दुसरे दक्षिणाभिमुख प्रवेशद्वार लागते. यातून आत शिरल्यावर आपण चारही बाजूंनी तटा बुरुजांनी वेढलेल्या जागेत येतो. बुरुजांमधून छोट्या छोट्या तोफा आपल्यावर नजर रोखून बसविलेल्या दिसतात. या भागाला "रणमंडळ" म्हणतात. किल्ल्याचा पहिला दरवाजा भेदून शत्रू इथे पर्यंत पोहोचला तर तो चारही बाजूंनी माराच्या टप्प्यात येतो. रणमंडळात पहिल्या व दुसऱ्या प्रवेशद्वार ाच्यावर फ़ांजीवर जाण्यासाठी पायऱ्या केलेल्या आहेत. वर चढून गेल्यावर दरवाजाच्या वरच्या बाजूस डाव्या बाजूला तटबंदीत वीरगळचे अवशेष दिसतात. ते पाहून खाली उतरून पुढे गेल्यास उजवीकडे किल्ल्याचा तिसरा पूर्वाभिमुख दरवाजा आहे. यातून आत शिरल्यावर समोरच एक मोठा बुरुज आडवा येतो. बुरुजाला वळसा घालून किल्ल्याच्या दुहेरी तटबंदी मधील वाटेवर जाता येते. डावीकडे वळल्यावर तटबंदीच्या आडोशाला पहारेकऱ्यांसाठी देवड्या बांधलेल्या दिसतात. येथे डाव्या बाजूच्या भिंतीवर देवळातली कोरीव शिल्प पाहायला मिळतात.

चौथ्या प्रवेशद्वार ाची उंची जवळजवळ ४० फुट आहे आणि बाजूला असणाऱ्या बुरुजांची उंची तर जवळजवळ ६० फुट आहे. दरवाजावर एक फ़ारसी शिलालेख आहे. दरवाज्याच्या समोर एक ५० फुट खोल अशी विहीर आहे. कमानीच्या समोरच एक महाकाय बुरुज आहे. त्यावर जवळजवळ २० फुट लांबीची तोफ आहे. चौथ्या प्रवेशद्वार ातून आत शिरल्यावर उजवीकडे पाचवा पश्चिमाभिमुख दरवाजा आहे. चौथ्या दरवाजाच्या बाजूला असलेल्या बुरुजावर पोहोचतो. येथे एक पंचधातूची अप्रतिम तोफ़ आहे. या २० फुटी लांबीच्या तोफ़ेच नाव 'मलिक ए मैदान' असे आहे. तोफ़ेवर फ़ारसी भाषेतील पाच लेख कोरलेले आहेत. त्यातील एक लेख तोफ़ेच्या तोंडावर कोरलेला आहे. तोफ़ेच्या मागच्या बाजूला पाकळ्यांसारखा आकार दिलेला आहे. तोफ़ेवर दोन छोट्या सिंहाच्या मुर्ती आहेत. त्यातील एक सिंह कापून चोरुन नेण्यात आलेला आहे. तोफ़ असलेल्या बुरुजाच्या बाजूला नगारखाना आहे. हा नगारखाना बरोबर चौथ्या दरवाजाच्या वर आहे.

ब.नळदुर्ग

नळदुर्ग किल्ल्याचा इतिहास स्थानिक लोक नळराजा आणि दमयंती राणीच्या कथेशी जोडतात. प्रारंभी हा किल्ला कल्याणीच्या चालुक्यांच्या ताब्यात होता. नंतर किल्ला बहामनी सुलतानांच्या अधिपत्याखाली आला. बहामनी साम्राज्याच्या विघटनानंतर निर्माण झालेल्या शाह्यांपैकी विजापूरच्या आदिलशाहीने नळदुर्ग काबीज केला. पुढे, मोगल बादशहा औरंगजेबने नळदुर्ग जिंकून मुघल राज्यात समाविष्ट केला. नंतर किल्ल्याचे नियंत्रण हैदराबादच्या निजामाकडे राहिले.

नळदुर्ग - महाराष्ट्रातील सर्वात मोठा भुईकोट

धाराशिव (उस्मानाबाद) जिल्ह्यातील नळदुर्ग किल्ला हा एक अद्वितीय आणि प्राचीन वारसा आहे. महाराष्ट्रातील सर्वांत मोठ्या भुईकोट किल्ल्यांमध्ये हा किल्ला अग्रगण्य मानला जातो. याच्या अभेद्य तटबंदीची भव्यता सुमारे ३ किलोमीटरपर्यंत पसरलेली आहे आणि या तटबंदीत तब्बल ११४ बुरूज आहेत, ज्यामुळे त्याची रचना अधिक भव्य आणि सुरक्षात्मक वाटते. महाराष्ट्रातील गिरिदुर्ग, जलदुर्गांबरोबरच या भुईकोट किल्ल्याचे विशेष स्थान आहे. नळदुर्ग किल्ला पुरातत्त्व विभागाने संरक्षित स्मारक म्हणून घोषित केला आहे.

नळदुर्ग किल्ल्यावरील तोफा

या किल्ल्याच्या परिसरात हिंदू मंदिरांचे देखणे अस्तित्व आहे, ज्यात गणपती महाल आणि लक्ष्मी महाल यांची मनोहर छटा पाहण्यासारखी आहे. निसर्गसौंदर्याने नटलेला येथील नर-मादी धबधबा या किल्ल्याचे आणखी एक आकर्षण आहे. नळदुर्ग किल्ल्याची ही शान आणि त्याची आल्हाददायक छटा महाराष्ट्राच्या सांस्कृतिक वैभवाचा एक अनमोल भाग आहे.

नर-मादी धबधबा

४.४ सारांश

महाराष्ट्रात मोठ्या प्रमाणात गड-किल्ले आहेत. महाराष्ट्रातील किल्ल्या इतके किल्ले भारताच्या अन्य कुठल्याही भागात आढळत नाही. मराठवाड्यात यातील अनेक महत्त्वाचे किल्ले आढळतात. खासकरून भुईकोट. परांडा, किलेअर्क, धारूर सारखे भक्कम भुईकोट तर आहेतच परंतु महाराष्ट्रातील सर्वात मोठा भुईकोट म्हणजे नळदुर्ग हा किल्ला मराठवाड्यात आहे.

४.५ स्वयं अध्ययन प्रश्न

प्रश्न १ थोडक्यात उत्तरे लिहा

१. भुईकोट कशास म्हणतात?

२. मराठवाड्यात एकूण किती भुईकोट आहेत?

३. कोणत्याही पाच भुईकोट किल्ल्यांची नवे सांगा.

टीपा लिहा

१. किलेअर्क

२. अजिंठा

३. नळदुर्ग

४. कंधार

४.६ अधिक वाचनासाठी पुस्तके

१. फोर्टस ऑफ महाराष्ट्र -
२. साद मराठवाड्यातील किल्ल्यांची - पांडुरंग पाटणकर
३. दुर्ग दर्शन -गो. नी. दांडेकर
४. दुर्गविधानम - मिलिंद पराडकर
५. http://trekshitiz.com

Pyq's

IKS-8805

Total No. of Printed Pages: 2

SUBJECT CODE NO: - IKS-8805
FACULTY OF HUMANITIES
IKS (ALL FACULTY) (NEP) F.Y SEM I
Examination November / December 2024
Forts of Marathwada (IKS-1)

[Time:1:00 Hours] **[Max. Marks:30]**

Please check whether you have got the right question paper.

N. B

1) All questions are compulsory.
2) Use blue or black pen only
3) Use pencil for diagrams.
4) Use of any signs attracting attentions is prohibited.

१) सर्व प्रश्न सोडविणे आवश्यक आहे.
२) फक्त निळ्या किंवा काळ्या पेनचाच वापर करावा.
३) आकृत्यांसाठी पेन्सिलचा वापर करावा.
४) कोणतीही लक्षवेधक व सांकेतिक करण्यास प्रतिबंध आहे.

Part A/ भाग अ

Q1 Answer multiple choice questions (Attempt all) 10

1) On which fort the Charminar minarate situated.
a) Paranda b) Devgiri c) Kandhar d) None of the above
चांद मिनार हि वास्तू कोणत्या किल्ल्यावर आहे.
अ) परांडा ब) देवगिरी क) कंधार ड) यापैकी नाही

2) In which dynasty Kandhar fort was built
a) Chalukya b) Maratha period c) Rashtrakuta d) Nizam
कोणत्या राजवटीच्या काळात कंधार किल्ल्याची निर्मिती झाली.
अ) चालूक्य ब) मराठा काळ क) राष्ट्रकुट ड) निझाम

3) In which district Antur Fort is located.
a) Chh. Sambhaji Nagar b) Dharashiv c) Beed d) Jalna
अंतूर किल्ला कोणत्या जिल्ह्यात आहे.
अ) छ. संभाजीनगर ब) धाराशिव क) बीड ड)जालना

4) Which Fort was situated on the Bank of Bori river
a) Antur b) Dharashiv c) Naldurg d) Kandhar
बोरी नदी काठी कोणता किल्ला वसला आहे.
अ) अंतूर ब) धाराशिव क) नळदुर्ग ड) कंधार

1

X15V04F6D7X15V04F6D7X15V04F6D7X15V04F6D7

University Question Paper 2024

IKS-8805

5) At which fort the 'Machli Tof' is located.
a) Udgir b) Naldurg c) Kandhar d) Devgiri
'मच्छली तोफ' कोणत्या किल्ल्यावर आहे.
अ) उदगीर ब) नळदुर्ग क) कंधार ड) देवगिरी

Part B/भाग ब

Q2 Answer the following questions (any four) 20
खालील प्रश्नांची उत्तरे लिहा. (कोणतेही चार)

1) Explain the types of fort in Marathwada
मराठवाड्यातील किल्ल्यांच्या प्रकाराचे वर्णन करा.

2) Illustrate the structure of Naldurg Fort
नळदुर्ग किल्ल्याची रचना विशद करा.

3) Explain the importance of fort in historical perspective
किल्ल्याचे ऐतिहासिक महत्व विशद करा.

4) Analyse the structure of devgiri fort.
देवगिरी किल्ल्याच्या रचनेचे परीक्षण विशद करा.

5) Focus on the administrative importance of paranda fort.
परांडा किल्ल्याच्या प्रशासकीय महत्त्वावर प्रकाश टाका.

6) What was the contribution of yadavas in Ford development.
किल्ल्यांच्या विकासासाठी यादवांचे योगदान काय होते?

2

Enter Caption

IKS-9005

Total No. of Printed Pages: 2

SUBJECT CODE NO: - IKS-9005
FACULTY OF HUMANITIES
IKS (ALL FACULTY) (NEP) (PATTERN-2024) F.Y SEM I
Examination November / December 2025
Forts of Marathwada

[Time: 1:00 Hours] **[Max. Marks: 30]**

Please check whether you have got the right question paper.

N. B

1. All question are compulsory.
2. Use black or blue pen only.
3. Use pencil for diagrams.
4. Use of any signs, attracting attentions is prohibited.
1. सर्व प्रश्न सोडविणे आवश्यक आहे.
2. फक्त निळ्या किंवा काळ्या पेनचाच वापर करावा.
3. आकृत्यासाठी पेन्सिलचा वापर करावा.
4. कोणतीही लक्षवेधक व सांकेतिक खून करण्यास प्रतिबंध आहे.

Part A / भाग अ

Q1 **Answer multiple choice question. (attempt all)** 10
खालील बहुपर्यायी प्रश्न सोडवा (सर्व अनिवार्य)

1. Write the synonym word for Fort.
A) Durga B) Kot C) Garh / Gad D) All of above
खालीलपैकी किल्ल्याचे समानार्थी शब्द.
अ) दुर्ग ब) कोट क) गड ड) यापैकी सर्व

2. What was made for surveillance on forts?
A) Border wall B) Trench C) Burz / tower D) Faanji
किल्ल्याला टेहळणी करण्यासाठी खालीलपैकी कशाची निर्मिती केली जात होती?
अ) तटबंदी ब) खंदक क) बुरुज ड) फांजी

3. Which fort has the Mendha Cannon ?
A) Antur B) Devgiri C) Vetalwadi D) Taltam
मेंढा तोफ कोणत्या किल्ल्यावर आहे.
अ) अंतूर ब) देवगिरी क) वेताळवाडी ड) तालतम

4. Where is Krishnadurg Fort ?
A) Kandhar B) Kannad C) Dharur D) Tuljapur
कृष्णदुर्ग किल्ला कोठे आहे?
अ) कंधार ब) कन्नड क) धारूर ड) तुळजापूर

1

X15YAF5E59X15YAF5E59X15YAF5E59X15YAF5E59

Enter Caption

IKS-9005

5. Which District has the Naldurg Fort ?
   A) Hingoli B) Beed C) Ambajogai D) Dharashiv
   नळदुर्ग किल्ला कोणत्या जिल्ह्यात आहे.
   अ) हिंगोली ब) बीड क) अंबाजोगाई ड) धाराशीव

Part B / भाग ब

Q2 Answer the from following question (any four) **20**
खालील प्रश्नांची उत्तरे लिहा. (कोणतेही चार)

1. State the kinds of forts.
   किल्ल्याचे विविध प्रकार सांगा.

2. State the information about the trench at Devgiri Daulatabad fort.
   देवगिरी किल्ल्यातील खंदकाची माहिती सांगा.

3. Explain the importance of Naldurg fort.
   नळदुर्ग किल्ल्याचे महत्व स्पष्ट करा.

4. What was the contribution of Yadavas in Fort development ?
   किल्ल्यांच्या विकासासाठी यादवांचे योगदान काय होते ?

5. Analyse the structure of Antur Fort.
   अंतुरच्या किल्ल्याच्या रचनेचे परीक्षण विशद करा.

6. Focus on the administrative importance of Kandhar Fort.
   कंधारच्या किल्ल्याचे प्रशासकीय महत्त्वावर प्रकाश टाका.

2

X15YAF5E59X15YAF5E59X15YAF5E59X15YAF5E59

University Question Paper - 2025

www.ingramcontent.com/pod-product-compliance
Lightning Source LLC
LaVergne TN
LVHW041128150826
845673LV00007B/2235